D1680483

மாலை மலரும் நோய்

காமத்துப்பால் உரை

மாலை மலரும் நோய்
காம‌த்துப்பால் உரை

இசை (பி. 1977)

இயற்பெயர் ஆ.சத்தியமூர்த்தி. பொது சுகாதாரத் துறையில் பணி. கோவை மாவட்டம் இருகூரில் வசித்துவருகிறார்.

'காற்று கோதும் வண்ணத்துப்பூச்சி' (2002), 'உறுமீன்களற்ற நதி' (2008), 'சிவாஜி கணேசனின் முத்தங்கள்' (2011), 'அந்தக் காலம் மலையேறிப் போனது' (2014), 'ஆட்டுதி அமுதே!' (2016), 'வாழ்க்கைக்கு வெளியே பேசுதல்' (2018), 'நாயகன் வில்லன் மற்றும் குணச்சித்திரன்'(2019) ஆகிய கவிதைத் தொகுப்புகளும் 'அதனினும் இனிது அறிவினர் சேர்தல்' (2013), 'லைட்டா பொறாமைப்படும் கலைஞன்' (2015), 'உய்யடா உய்யடா உய்!' (2017), 'பழைய யானைக் கடை' (2017), 'தேனொடு மீன்' (2020) ஆகிய கட்டுரைத் தொகுப்புகளும் வெளியாகியுள்ளன.

இது இவரது ஆறாவது கட்டுரை நூல்.

மின்னஞ்சல்: isaikarukkal@gmail.com

இசை

மாலை மலரும் நோய்
காமத்துப்பால் உரை

காலச்சுவடு பதிப்பகம்

அன்பார்ந்த வாசகருக்கு,

வணக்கம்.

காலச்சுவடு நூலை வாங்கியமைக்கு நன்றி.

நூலின் உள்ளடக்கம், உருவாக்கம், அட்டைப்படம் இன்ன பிற அம்சங்கள் பற்றிய உங்கள் கருத்துகளையும் ஆலோசனைகளையும் காலச்சுவடு வரவேற்கிறது. தகவல், எழுத்து, வாக்கியப் பிழைகள் தென்பட்டால் கட்டாயம் தெரிவித்து உதவுங்கள். நூல் தயாரிப்பில் கடும் குறைபாடு இருப்பின் மாற்றுப் பிரதி உங்களுக்குக் கிடைக்கக் காலச்சுவடு ஏற்பாடு செய்யும்.

மின்னஞ்சல்: **publisher@kalachuvadu.com**

காலச்சுவடு நாகர்கோவில் தலைமையகத்துக்கும் கடிதம் அனுப்பலாம்.

தங்கள்
எஸ்.ஆர். சுந்தரம் (கண்ணன்)
பதிப்பாளர் — நிர்வாக இயக்குநர்

மாலை மலரும் நோய் காமத்துப்பால் உரை ✦ கட்டுரைகள் ✦ ஆசிரியர்: இசை ✦ © ஆ. சத்தியமூர்த்தி ✦ முதல் பதிப்பு: பிப்ரவரி 2021 ✦ வெளியீடு: காலச்சுவடு பப்ளிகேஷன்ஸ் (பி) லிட்., 669, கே.பி. சாலை, நாகர்கோவில் 629001

காலச்சுவடு பதிப்பக வெளியீடு: 989

maalai malarum nooy kamathupal urai ✦ Essays ✦ Author: Isai ✦ © A. Sathyamurthy ✦ Language: Tamil ✦ First Edition: February 2021 ✦ Size: Demy 1 x 8 ✦ Paper: 18.6 kg maplitho ✦ Pages: 136

Published by Kalachuvadu Publications Pvt. Ltd., 669 K.P. Road, Nagercoil 629001, India ✦ Phone: 91 -4652 -278525 ✦ e -mail:publications@kalachuvadu.com ✦ Printed at Mani Offset, Chennai 600077

ISBN: 978-93-90802-95-1

02/2021/S.No. 989, kcp 2869, 18.6 (1) 9ss

நண்பன் செந்தில்குமார் நடராஜனுக்கு...

நன்றி

மனுஷ்யபுத்திரன், நாஞ்சில்நாடன், பெருமாள்முருகன்,
பழ. அதியமான், சு. வெங்கடேசன்,
ஆ.இரா. வேங்கடாசலபதி, ஷங்கர் ராமசுப்பிரமணியன்,
சாம்ராஜ், இளங்கோ கிருஷ்ணன், ஏ.வி. மணிகண்டன்,
விஷால்ராஜா, சாம்சன், கடலூர் சீனு, அ. நன்மாறன்

பொருளடக்கம்

	என்னுரை: வள்ளுவன் என்னும் காதல்கவி	11
1.	தகை அணங்கு உறுத்தல்	15
2.	குறிப்பறிதல்	20
3.	புணர்ச்சி மகிழ்தல்	25
4.	நலம் புனைந்துரைத்தல்	31
5.	காதற் சிறப்புரைத்தல்	36
6.	நாணுத்துறவுரைத்தல்	41
7.	அலரறிவுறுத்தல்	47
8.	பிரிவாற்றாமை	52
9.	படர்மெலிந்திரங்கல்	58
10.	கண்விதுப்பு அழிதல்	62
11.	பசப்புறு பருவரல்	66
12.	தனிப்படர்மிகுதி	71
13.	நினைந்தவர்புலம்பல்	76
14.	கனவுநிலை உரைத்தல்	81
15.	பொழுது கண்டிரங்கல்	85
16.	உறுப்பு நலனழிதல்	90
17.	நெஞ்சொடு கிளத்தல்	94
18.	நிறை அழிதல்	98

19. அவர்வயின் விதும்பல்	103
20. குறிப்பு அறிவித்தல்	108
21. புணர்ச்சி விதும்பல்	113
22. நெஞ்சொடு புலத்தல்	117
23. புலவி	121
24. புலவி நுணுக்கம்	125
25. ஊடல் உவகை	129
பின்னிணைப்பு: மகத்தான காதல் பாடல்கள்	133

என்னுரை

வள்ளுவன் என்னும் காதல்கவி

காமத்துப்பாலிற்கு உரை செய்ய வேண்டும் என்கிற கனவு கொஞ்ச நாட்களாகவே இன்புறுத்தி வந்த ஒன்று. நானும் கவிஞர் சுகுமாரனும் சேர்ந்து செய்வதாகப் பேசிவைத்தது. தற்சமயம் அவர் வேறு வேலைகளில் மூழ்கிவிட்டதால் அவரது ஆலோசனைகளோடு இப்பணியைச் செய்து முடித்தேன். திருக்குறளிற்கு எண்ணற்ற உரைகள் புழக்கத்தில் உள்ளன. இன்னுமொரு உரை தேவையா? இன்னும் பல உரைகள் தேவை என்பதே என் எண்ணம். குறளிற்கு மட்டுமல்ல, பழந்தமிழ்ப் பாடல்கள் எல்லாவற்றிற்கும் வெவ்வேறு காலத்தில், வெவ்வேறு மனிதர்கள் உரை செய்வது அவசியம் என்றே நினைக்கிறேன். அவ்வுரைகள் அந்த இலக்கியங்களை மேலும் அணுகி அறிய உதவும் வண்ணம் இருக்க வேண்டும் என்பது மட்டுமே ஒரு நிபந்தனை. எனது முயற்சியும் அவ்வண்ணமே அமைகிறது. வள்ளுவர் பரிமேலழகரோடு தீர்ந்து விடுபவர் அல்லர்.

தமிழ்ச்சூழலில் வள்ளுவர் ஒரு குட்டி தெய்வமாகத் தோற்றமளிக்கிறார் அல்லது ஒரு அரசியல்பாதைக்குத் தலைமை ஏற்கிறார். இந்த இரண்டு பாத்திரங்களையும் விடுத்து அவரைத்

தமிழின் ஆகச்சிறந்த கவியாக முன்னிருத்துபவை காமத்துப்பால் பாடல்கள். ஒரு காதல் கவியாக வள்ளுவனின் இடம் தமிழில் அவ்வளவு வலுவாக நிலைநிறுத்தப்படவில்லை. வெகுசிலரே அது குறித்துப் பேசியிருக்கிறார்கள். அந்த வெகுசிலரில் ஒருவனாக உவகையுடன் இணைந்துகொள்ள விரும்புகிறேன். அவரது துவராடை களைந்து அவரை கபிலரோடும் வெள்ளிவீதியோடும் சரியாசனத்தில் இருத்தும் முயற்சி இது.

நமது கல்விக்கூடங்களில் காமத்துப்பால் பாடல்கள் பெரும்பாலும் பாடமாக வைக்கப்படுவதில்லை. எண்ணற்ற காதல் இதயங்களைத் தாலாட்டும் ஊஞ்சலாகத் திகழும் அரசுப் பேருந்துகளிலும் அவற்றிற்கு இடமில்லை. அறிஞர்களுக்கும் முனிவர்களுக்கும் ஒரு இடைஞ்சலாகவே எப்போதும் அவை இருந்துவந்திருக்கின்றன. குன்றக்குடி அடிகளார் தமது உரையில் காமத்துப்பாலிற்குப் பொருள் சொல்லாமல் பாடல்களை மட்டும் தந்துவிட்டு நழுவிவிடுகிறார். வீரமாமுனிவர் மற்ற இரண்டு பால்களை மட்டுமே மொழிபெயர்த்திருக்கிறார். முனிகள் காமத்திற்கு அஞ்சுவதைப் புரிந்துகொள்ள முடிகிறது. ஆனால் அறிஞர்களும் அஞ்சவே செய்கிறார்கள். மூதறிஞர் ராஜாஜியும் இவ்வாறே மொழிபெயர்த்திருக்கிறார்.

‘காமத்துப்பால்’ என்கிற பெயரைக் கருதி ‘காமசூத்திரம்’ போல மிகவும் சுவாரஸ்யமான ஒன்று என ஒரு இளம்வாசகர் எண்ணிவிடக்கூடாது. சுவாரஸ்யமானதுதான், ஆனால், *‘hottest’* அல்ல. ‘போஸ்டர்களால்’ வஞ்சிக்கப்பட்ட தலைமுறையைச் சேர்ந்தவன் என்பதால் அந்த வலியும் ஏமாற்றமும் எனக்குப் புரியும்.

காமத்துப்பால் அதிகமும் பிரிவையே பேசுகிறது. பிரிவன்றோ காதலின் இன்பத்தை இரட்டிப்பாக்குவது. “பிரிந்தவர் கூடினால் பேசவும் வேண்டுமோ?” என்பான் கம்பன். இப்பிரிவு குறித்து வ.சுப. மாணிக்கம் அவர்களின் கூற்றொன்று நினைவில் நிற்கிறது. இரண்டுமுறை படித்தால் ஈஸியாக விளங்கிவிடும்.

“பிரிவு, புணர்ச்சியின் பொதுவடிப்படை. இடையீடு இல்லா நாட்புணர்ச்சி கோழிப்புணர்ச்சி போன்றது. நாட்காமம் எடுத்தற்கெல்லாம் வெகுளும் முன்சினம்போல வலுவற்றது; உள்ளத்திற்கும் உடலுக்கும் குடும்பத்துக்கும் கேடு பயப்பது. பிரிவால் அகமும் மெய்யும் அறிவும் திண்ணியவாம். பிரிவின் அகற்சிக்கு ஏற்பப் புணர்ச்சித்தழுவலும், பிரிந்த வேட்கைக்கு ஒப்ப புணர்ச்சியின் பலமும் பெருகும். கூட்டுப்பேரின்பம் பிரிவுப் பெருந்துன்பத்தால் முகிழ்க்கும் என்பது காம வள்ளுவம்.

ஆதலின், காமத்துப்பாலின் இருபத்தைந்து அதிகாரங்களுள் பதினைந்து அதிகாரங்களைப் பிரிவுப்பொருளாக ஆசிரியர் அமைத்தார்."

தமிழறிஞர் தெ.பொ. மீனாட்சி சுந்தரம் காமத்துப்பாலை 'இன்ப அன்பை' பேசும் பாடல்கள் என்கிறார். அந்த இன்ப அன்பைத்தான் நாம் இத்தொடரில் பார்க்கப்போகிறோம்.

உரைகளில் நிறைய வேறுபாடுகள் காணக் கிடைக்கின்றன. சில குறளுக்கு எந்த உரையையும் முழுதாக ஒப்ப மனம் வருவதில்லை. அதுபோன்ற தருணங்களில் வள்ளுவன் ஒரு நமட்டுச் சிரிப்பு சிரித்துவைக்கிறான். வேறுபாடுகளோடு இன்னொரு வேறுபாடாக என் உரையும் இருக்கட்டும்.

நமது உரைகள் பலவும் பொருள் சொல்பவை. அது அவசியம்தான். ஆனால் கவிதை வெறும் ஒற்றை அர்த்தத்தில் அடங்கிவிடுவதில்லை. அதன் மயக்கமே அதன் அழகு. வெறுமனே பொருள் சொல்லப் புகும்போது ஒரு அர்த்தத்தைத் தெளிவாக வலியுறுத்த வேண்டிய கட்டாயம் ஏற்பட்டுவிடுகிறது. இதற்கு முன் உரை செய்தவர்களுள் கவிதையை அறிந்தவர்கள் உண்டுதான். அவர்கள், அவர்களளவில் முயன்றுதான் பார்த்திருக்கிறார்கள். நானும் என்னால் இயன்றவரை குறளின் கவித்துவத்தையும் அதன் மயக்கத்தையும் என் உரைகளில் கடத்த முயன்றிருக்கிறேன். ஒரு சில இடங்களிலாவது வள்ளுவனின் கவிதையையொட்டி இன்னொரு கவிதையை எழுதிக்காட்டிவிட வேண்டும் என்பதே பேராசை.

நேர்காணல் ஒன்றில் "உங்களைக் கனவாகத் துரத்தும் திட்டம் என்ன?" என்கிற ஒரு கேள்விக்கு ஏதாவது சொல்ல வேண்டியிருந்தது. எனவே காமத்துப்பால் உரையைச் சொல்லி வைத்தேன். உண்மையில் அப்போது அந்தக் கனவு அவ்வளவு தூரத்தில் இருந்தது. எனக்கு என்மேல் நம்பிக்கையில்லை. பிறகு ஏதோ ஒரு சோர்வில் அல்லது உற்சாகத்தில் உரையை உயிர்மை இதழில் தொடங்கினேன். இத்தருணத்தில் நண்பர் மனுஷ்யபுத்திரனின் அன்பை நினைவில் கொள்கிறேன். உயிர்மையில் தொடர்ந்து எட்டு அதிகாரங்களை எழுதினேன். பிறகு ஏதோ ஒரு மனச்சோர்வால் சின்ன இடைவெளி விழுந்தது. பின்பு வேறொரு பருவத்தில் மீண்டும் எழுத முயன்றேன். அவ்வப்போது ஒவ்வொரு அதிகாரமாக எழுதி என் வலைப்பூவில் ஏற்றிவந்தேன். மாதம் ஒரு அதிகாரம் எழுதிவிட உறுதி பூண்டேன். பிறகு ஒழுங்காக மனம் அமர்த்தி எழுதினால் ஒரு நாளிலேகூட ஒரு அதிகாரத்தை முடிக்க முடியும் என்பதைக்

கண்டுகொண்டேன். இந்த ஊரடங்குக் காலத்தின் தனிமையையும் இதற்கு உதவியது.

குறுகியதொரு காலத்தில் நூலை செப்பனிட்டு உதவிய தோழி காயத்ரி சித்தார்த்துக்கு என் நன்றி.

இந்த உரையைத் தீவிரமாக எழுதிக்கொண்டிருந்த காலத்தில் என் வலைப்பூவை நிர்வகிக்கும் பொறுப்பை நண்பன் செந்தில்குமார் நடராஜன் ஏற்றுக்கொண்டான். எழுத்தாளன் எழுதுவதோடு நிறுத்திக்கொள்வதென்பது ஒரு சின்ன சொகுசு. அது நேரத்தை மிச்சமாக்கி என்னை மேலும் துரிதமாக்கியது. இந்த நூலை அவனுக்குச் சமர்ப்பிப்பதில் பெருமகிழ்வு கொள்கிறேன்.

பல ராத்திரிகளில் மண்டைக்குள் ஒரு சொல் குடைய உறக்கமின்றிப் புரண்டுகொண்டிருந்திருக்கிறேன். இனி அந்த அவஸ்தை இல்லை. நிம்மதியாக இருக்கிறது. ஒரு சின்ன வெறுமையும் படர்கிறது. பிரிவுக்காலத்து வெறுமைபோல ஏதோ ஒன்று.

இந்நூல் குறித்து முக்கியமாகச் சொல்லிக்கொள்ள ஒன்று உண்டு. இது அறிஞர்களுக்கானதல்ல. அவர்கள் ஆயிரம் உரைகள் கண்டவர்கள். புதிய இளம்வாசகரே இதன் இலக்கு.

இருகூர் **இசை**
02–10–2020

1

தகை அணங்கு உறுத்தல்

களவியல்

காமத்துப்பால் களவியல், கற்பியல் என்று இரு பிரிவுகளாகப் பிரிக்கப்பட்டுள்ளது. களவியல் காதற் பருவத்தின் சுகானுபவங்களைப் பாடுவதாகவும், கற்பியல் மணம் புரிந்த பின்னர் நிகழும் பிரிவின் மாளாத் துயரத்தைப் பாடுவதாகவும் சொல்லலாம். ஒரு வாசகர் இந்தப் பகுப்புகளையெல்லாம் விட்டுவிட்டு இப்பாடல்களை எங்கும் எப்படியும் வைத்து வாசிக்கலாம். அது அவர் வாசிப்பு. அவர் வசதி. அவர் இன்பம். களவியலின் முதல் அதிகாரம் 'தகை அணங்கு உறுத்தல்'

தலைவி அணங்காகி வருத்தும் அதிகாரம் இது. முதற்சந்திப்பில் காதலியைக் காணும் காதலன் அவள் அழகில் தாக்குண்டு வருந்துதல்.

அணங்குகொல் ஆய்மயில் கொல்லோ கனங்குழை
மாதர்கொல் மாலுமென் நெஞ்சு   (1081)

அணங்கோ? மயிலோ? அன்றி பெண்ணே தானோ? அறியாது மயங்கி வருந்தும் என் நெஞ்சம்.

மயில் சரி . . . அதென்ன ஆய்மயில்? "படைத்தோன் விசேடமாக ஆய்ந்து படைத்த மயில்" என்கிறார் பரிமேலழகர். கனங்குழை மாதர் என்பதை நீண்ட காதணிகளை அணிந்த மாது என்று சொல்லலாம்

இன்றுவரை பெரும்பாலான காதல்காவியங்களின் முதல் காட்சி இதுதானே? இந்த ‘ஸ்தம்பித்தல்’ தானே? “சத்தியமா இவள மாதிரி ஒரு பொண்ண இதுக்கு முன்னால பார்த்ததில்ல நண்பா” என்றுதானே காதலன் தன் ஒவ்வொரு காதலின் போதும் அரற்றுகிறான்.

‘கொல்’ என்றால் கொல்லுதல் அல்ல. இங்கு இது ஒரு அசைச்சொல் அதாவது தனித்துநின்று பொருள் தராது செய்யுள் இலக்கணத்தை நிரப்பும் பொருட்டு வருவது. இச்சொல்லைப் பழந்தமிழ் பாடல்களில் நிறையக் காணலாம்.

மாலுதல் – மயங்குதல்

நோக்கினாள் நோக்கெதிர் நோக்குதல் தாக்கணங்கு
தானைக்கொண் டன்ன துடைத்து **(1082)**

நானவளை நோக்க, அவளென்னைத் திரும்ப நோக்கிய நோக்கோ அணங்கு படையோடு வந்து வருத்துவது போன்று உள்ளது.

அணங்கு தனியே வருத்துவதே தாளமுடியாத வேதனை. படையும் திரட்டிவந்தால்... அணங்குப் படையின் பிரத்யேக ஆயுதம் என்ன? கண் அன்றி வேறென்ன? அதைக் கண்டால் தானே குமரர் மாமலையைக் கடுகாக்கிச் சிதைப்பர்.

தானை – படை

பண்டறியேன் கூற்றென் பதனை இனியறிந்தேன்
பெண்டகையால் பேரமர்க் கட்டு **(1083)**

கூற்று என்றால் என்னவென்று இதற்குமுன் அறிந்தவனில்லை. இதோ இப்போது காண்கிறேன் போர் புரியும் அவளது விழியழகில்.

அழிவின் இன்பத்தை நல்கும் கூற்று இது. இங்கு எருமைக்கும், தாம்புக்கும் பயந்து நாம் ஓடியொளிவதில்லை. மாறாக இருகரம் விரித்து ஏங்கி நிற்கிறோம்.

கூற்று – எமன்
பண்டு – முன்பு
அமர் – போர்

கண்டார் உயிருண்ணும் தோற்றத்தால் பெண்டகைப்
பேதைக் கமர்த்தன கண் **(1084)**

அவளோ ஒரு பேதையைப் போல் தெரிகிறாள். ஆனால் அவள் கண்ணோ கண்டாரின் உயிரையெல்லாம் உண்டு செரித்து விடுகிறது.

தன்னைக் காணும் எவருடைய உயிரையும் உண்டுவிடும் கொடியவையாய் இருப்பதால் இந்தப் பேதைப் பெண்ணிற்கு இவளது கண்கள் பொருத்தமுடையவையாய் இல்லை.

'உண்கண்' என்கிற சொற்சேர்க்கையைச் சங்கப் பாடல்களில் அதிகம் காணமுடிகிறது. அதன் பொருள் 'மை உண்ட கண்' என்பது. அய்யன் 'உண்கண்' என்பதை உயிருண்ணும் கண் என்றெழுதி உயரப் பறக்க விட்டுவிடுகிறார்.

அமர்த்தல் – மாறுபடுதல்

கூற்றமோ கண்ணோ பிணையோ மடவரல்
நோக்கமிம் மூன்றும் உடைத்து   (1085)

கூற்றமோ? பிணையோ? அன்றி கண்ணேதானோ? அவள் நோக்கில் இம்மூன்றும் உள்ளது.

எமனைப் போல் கொடியதாகவும் உள்ளது. மருளும் பெண்மானின் கண்களில் உதிக்கும் அழகாகவும் உள்ளது அவள் பார்வை. எது அமுதோ அது நஞ்சாகவும் இருக்கிறது

பிணை – பெண்மான்
மடவரல் – இளம்பெண்

கொடும்புருவம் கோடா மறைப்பின் நடுக்கஞர்
செய்யல மன்இவள் கண்   (1086)

இந்தப் புருவங்கள் வளைந்து அவள் கண்களை மறைத்து விட்டால் போதும் எனக்கு நடுக்கமோ துன்பமோ நேராது.

கொடிய புருவங்கள் மேலும் வளைந்து அடர்ந்து அவளது கண்களை மறைத்துவிடுமாயின் மிக்க நல்லது. பிறகு அந்தக் கண்களால் என்னைத் துன்புறுத்த இயலாதல்லவா?

இவ்வளவு உறுதியாக முகத்தை திருப்பிக்கொள்வது அந்தக் கண்களை காணவே கூடாது என்றுதான். எல்லாம் இரண்டு நிமிடத்துக்குத்தான்... அதற்குள் காதலின் பல நூறு கைகள் ஒன்று கூடி அவன் தலையை அவள் திசைக்குத் திருப்பிவிடும்.

கோடுதல் – வளைதல்
அஞர் – துன்பம்,

கடாஅக் களிற்றின் மேல் கட்படாம் மாதர்
படாஅ முலைமேல் துகில்   (1087)

இவளின் மதர்த்த முலைமேல் அணியப்பெற்ற துகிலானது மதக்களிற்றின் மத்தகத்தில் விளங்கும் முகப்படாம் போன்றது.

மாலை மலரும் நோய்

முலை இங்கு மதங்கொண்ட யானையின் மத்தகத்திற்கு உவமையாகி தலைவனின் நெஞ்சை முட்டிச் சிதைக்கிறது. அவன் அய்யோ! அய்யோ! என்று இன்பத்தில் அலறுகிறான்.

காமத்துப்பாலில் இந்த ஒரு பாடலில் மட்டும்தான் 'முலை' என்கிற சொல் பயன்படுத்தப்பட்டுள்ளது. 'அல்குல்' இல்லவே இல்லை. சங்கப் பாடல்களிலிருந்து விலகிநிற்கும் தன்மையாக இதைப் பார்க்க முடியும்.

கடாஅக் களிறு – மதம் கொண்ட யானை
படாஅ – பெரிய

ஒண்ணுதற் கோஒ உடைந்ததே ஞாட்பினுள்
நண்ணாரும் உட்கும்என் பீடு (1088)

எனக்கெதிரே போர்க்களம் புக அஞ்சி ஒடுங்கி ஒளிவர் எம் பகைவர். அப்படியான என் அத்தனை பலமும் இவளின் நெற்றி ஒளிக்கே உடைந்து நொறுங்கிவிட்டது.

இப்படி நொறுங்கிய பீடுகளைச் சேர்த்துக் குழைத்தால் உறுதியாக இன்னொரு 14 லோகங்களைச் சமைத்துவிடலாம்.

நண்ணாரும் என்பதற்குப் போர்க்களம் வராமலே செவி வழிச்செய்திகளுக்கே அஞ்சி நடுங்குவர் என்று கொள்ளலாம். 'ஓ' என்கிற வியப்பு இவன் வலிமைகளின் பெருமையும், அவள் நுதலின் சிறுமையையும் தோன்ற நிற்கிறது என்கிறார் அழகர்.

ஞாட்பு – போர்க்களம்
உட்கும் – அஞ்சும்
நண்ணுதல் – நெருங்குதல்

பிணையேர் மடநோக்கும் நாணும் உடையாட்கு
அணியெவனோ ஏதில தந்து (1089)

பிணையின் மருளழகும், பளிரீடும் நாணமும் ஏற்கனவே அவளிடத்து ஆபரணங்களாக ஜொலித்துக்கொண்டிருக்கையில் எவன் அவன் மேலும் புனைந்துவிட்டது?

அவளுக்கு ஆபரணங்கள் ஏதும் வேண்டியதில்லை. அவள் தானே மின்னுபவள் என்றது.

'ஏதில தந்து' என்பதை பொருந்தாத அணிகள் என்றும் கொள்ளலாம்.

ஏதிலர் – பகைவர், பொருந்தாதவர்
பிணை – பெண்மான்

> உண்டார்கண் அல்லது அடுநறாக் காமம்போல்
> கண்டார் மகிழ்செய்தல் இன்று (1090)

உண்டால் மட்டுமே களிப்பூட்டக்கூடியது மது. கண்டாலே களிப்பூட்ட வல்லது காமம்.

ஆம் அய்யனே... ஆண்ட்ராய்டுகளின் வழியே வேறென்ன நாங்கள் புத்துலகா சமைத்துக்கொண்டிருக்கிறோம்?

அடுதல் என்றால் சுடுதல். 'அடுநறா' என்பதை 'காய்ச்சப்பட்ட கள்' எனலாம். கள் என்பது இங்கு பொதுவாக மதுவைக் குறிக்கும் சொல்.

பெண், அணங்காகும் முகூர்த்தத்தில்தான் காதல் பிறக்கிறது. அந்த நெருப்பில் பற்றியெரியும் இன்பத்திற்கே ஏங்கி அழிகிறான் தலைவன்.

2

குறிப்பறிதல்

தலைவனை காதல் பீடித்துக்கொண்டது.
தலைவியின் நிலையை அறிய வேண்டுமல்லவா?
அதை அறிந்துகொள்ளும் அதிகாரம் இது

> இருநோக் கிவளுண்கண் உள்ள தொருநோக்கு
> நோய்நோக்கொன் றந்நோய் மருந்து
> (1091)

எளிது: இருநோக்கு இவள்உண்கண் உள்ளது
ஒருநோக்கு
நோய்நோக்கு ஒன்று அந்நோய் மருந்து.

இவளது உண்ணும் கண்களில் இரு நோக்குகள் உண்டு. ஒரு நோக்கு நோய் நோக்கு. மறு நோக்கோ அந்நோய்க்கு மருந்து.

இதில் தலைவனுக்குக் குழப்பமான குறிப்பே கிடைக்கிறது. நோய் நோக்கில் முகத்தைத் திருப்பிக் கொண்டு கலங்கடிப்பவள், மருந்து நோக்கில் அன்பொழுகப் பார்க்கிறாள்.

இப்பாடலை 'குறிப்பறிதல்' என்கிற அதிகாரத்தின் பிடியிலிருந்து விடுவித்து ஒரு தனிப்பாடலாக வாசிக்கையில் மேலும் இனிதாகிறது. மேலும் செறிவாகிறது.

எது நோயோ அதுவே மருந்தாகும் விந்தை காமத்தில் நேர்கிறது. மருந்து வேறெங்கும் வெளியில் இல்லை என்பதால்தான் நாம் நோய்மையின் சந்நிதியிலேயே விழுந்து கதற வேண்டியுள்ளது.

அதாவது ஒரு நோக்கிலேயே மருந்தும், நோயும் கலந்திருக்கிறது என்கிற வாசிப்பிற்கு நகர முடிகிறது.

கண்களவு கொள்ளும் சிறுநோக்கம் காமத்தில்
செம்பாகம் அன்று பெரிது (1092)

அவளது கடைக்கண் சிறுநோக்கம்... அதுவே காமத்தில் சரிபாதியை நிறைத்துவிடுகிறது. இல்லையில்லை, அதற்கு மேலும் நிறைத்துவிடுகிறது.

இப்போது தலைவனுக்கு நற்குறிப்பு கிடைத்துவிட்டது. தலைவி பொதுநோக்கு நோக்கவில்லை. களவுநோக்கு நோக்குகிறாள். களவும் காதலும் இரட்டைப் பிறவிகள் அன்றோ? நள்ளிரவில் பரணில் இருந்து இறங்கிவரும் தலைவியைக் கண்டதாகக் கத்துகிறாள் ஒரு சங்கத்துத் தாய். நம் வீட்டில் பேய்களின் நடமாட்டம் அதிகமாகிவிட்டது... நீ பார்த்தது நம் தலைவியின் உருவெடுத்து வந்த ஒரு பேயாக இருக்கும் என்று கூசாமல் புளுகுகிறாள் தோழி. நமது மாணவ கண்மணிகளுக்கு காதல் பூக்கும்போது அது 'ஸ்பெஷல் கிளாஸ்'களோடு சேர்ந்தே பூப்பதைக் காண்கிறோம்.

களவுநோக்கு காமத்தில் செம்பாகம் எனும்போதே கவிதை வானமண்டலத்தைத் தொட்டுவிடுகிறது. 'அன்று பெரிது' என்பது அதையும் தாண்டி மேலும் ஒரு 'டைவ்' அடிப்பது.

நோக்கினாள் நோக்கி இறைஞ்சினாள் அஃதவள்
யாப்பினுள் அட்டிய நீர் (1093)

அவளது கள்ளநோக்கும் நாணமும்தான் நீராய் மாறி நித்தமும் காதலை வளர்க்கிறது.

யாத்தல் எனில் கட்டுதல். யாப்பு என்பது இருவரையும் கட்டிப்பிணைத்திருக்கும் காதலைக் குறித்து நிற்கிறது. அக்காதல் செழித்துவளர நீர் வேண்டுமல்லவா? அவளது நோக்கும் நாணமும்தான் அந்த நீர். அவை தலைவனுக்குக் கிடைத்துவிட்டன.

இறைஞ்சுதல் – வணங்குதல், குனிதல், இங்கு நாணுதல்

யானோக்கும் காலை நிலனோக்கும் நோக்காக்கால்
தானோக்கி மெல்ல நகும் (1094)

நான் அவளை நோக்கினால் அவள் நிலத்தை நோக்குவாள். நோக்காதபோதோ என்னை நோக்கி மெல்லச் சிரிப்பாள்.

காதல் பிறந்தவுடன் கள்ளம் பிறப்பதுபோலே குறும்பும் கூடவே பிறந்துவிடுகிறது. அந்தக் குறும்பில் விளைந்த நகை இது.

மாலை மலரும் நோய்

இருவரும் தமக்குள் காதலை ஒளித்துக்கொண்டு விளையாடும் விளையாட்டுதான் காதல் நாடகத்தின் ரசமான பகுதி. வெளியரங்கமான பிறகு ஏறத்தாழ கணவன், மனைவி ஆகிவிடுகிறார்கள். பிறகென்ன? ஐயங்கள், குழப்பங்கள், கூச்சல், கூப்பாடு. தீராத கவலை, வற்றாத கண்ணீர்.

குறிக்கொண்டு நோக்காமை அல்லால் ஒருகண்
சிறக்கணித்தாள் போல நகும் (1095)

அவளென்னை நேராக நோக்கவில்லைதான். ஆயினும் ஒரு கண்ணைச் சுருக்கி, ஒரு கள்ளநோக்கு நோக்கிச் சிரிக்காமல் இல்லை.

'சிறங்கணித்தல்' என்பதற்கு ஒரு கண்ணைச் சுருக்கி நோக்குதல் என்றும், கடைக்கண் நோக்கு என்றும் பொருள் சொல்கின்றன அகராதிகள். எப்படியாயினும் கண்கொண்டு நிகழ்த்தப்படும் காதலின் சேட்டைகளில் ஒன்று என்பது தெளிவு.

உறாஅ தவர்போற் சொலினும் செறாஅர்சொல்
ஒல்லை உணரப் படும் (1096)

புறத்தே அயலார்போல கடுஞ்சொல் பேசி நடித்தாலும் அகத்தே இருக்கும் அன்பின் சொல் விரைவிலேயே உணரப்படும்.

'லூசு' என்கிற வசைக்குக் காதலர்கள் எவ்வளவு அகமகிழ்ந்து போகிறார்கள்! இரா முழுக்க அந்தச் சொல்லையே உருட்டி, உருட்டிப் பார்த்தபடி விழித்துக்கிடக்கிறார்கள்.

உறுதல் – சேருதல்
உறார் – சேராதவர், அயலார், பகைவர்
செறுதல் – சினத்தல்
செறார் – சினக்காதவர்

செறாஅச் சிறுசொல்லும் செற்றார்போல் நோக்கும்
உறாஅர்போன் றுற்றார் குறிப்பு (1097)

எளிது: **செறாச் சிறுசொல்லும் செற்றார்போல் நோக்கும்**
உறார்போன்று உற்றார் குறிப்பு.

சினக்காது சொல்லும் கடுஞ்சொல்லும், சினந்தது போன்று நோக்கும் நடிப்பும் அயலார் போன்று தெரிவோரைக் காதலர் என்று காட்டும் குறிப்பு.

காதை இனிக்கச் செய்யும் இதுபோன்ற குறள்கள் பொருள் புரிவதற்கு முன்பே பிடித்துப்போகின்றன. மந்திரமொன்றைத் திருத்தமாகப் பாடி முடித்தபிறகு ஒரு பக்தருக்குள் என்ன நேர்கிறதோ,

அதுவே இதுபோன்ற குறள்களிலும் நேர்கிறது. நேர்ந்தால் நாமொரு நல்வாசகர். இந்த மந்திரத்தன்மை குறைந்துவிடுவதால்தான் அசை பிரித்துக் குறளை எளிமையாக்குவதைப் பண்டிதர்கள் விரும்புவதில்லை போலும்? நாம் அசை பிரித்துப் புரிந்து கொண்ட பிறகு திரும்பவும் குறளை மந்திரமாக்கி வாசித்து அனுபவிப்போமெனில் அதுவே நல் வாசிப்பு.

செறாா் – சினக்காதவா்
செறுதல் – சினத்தல்
உறாா் – பகைவா்
உற்றாா் – காதலா்

அசையியற் குண்டாண்டோா் ஏஎா்யான் நோக்கப்
பசையினள் பைய நகும் (1098)

எளிது: **அசையியற்கு உண்டு ஆண்டுஓர்ஏர் யான்நோக்கப்**
பசையினள் பைய நகும்.

அவள் சினத்தை நிஜமென்று நம்பி வாடிவருந்தி நின்றேன். அப்போது சின்னதாய் ஒரு சிரி சிரித்தாள். அதுவே எனக்கான நற்குறிப்பு.

‘உண்டு ஆண்டு ஓர் ஏர்’ இதில் ‘ஏர்’ என்கிற சொல்லிற்கு அழகு என்றும், நன்மை என்றும் இரு பொருள்கள் உண்டு. ‘அழகு’ என்று பொருள் கொள்ளும் உரைகள் ‘அசையியற்கு’ என்கிற சொல்லை அசைதல், வளைதல், மெலிதல் என்று விரித்து அதைத் தலைவியின் பண்பாக்கி ‘மெல்லியவள்’ என்று சொல்கின்றன. ‘துவளுகின்ற துடியிடையாள்’ என்கிறது கலைஞர் உரை. அதாவது தலைவன் நோக்குகையில் தலைவி மெல்ல நகுகிறாள். அப்போது அவளிடம் ஒருவித புதிய அழகு பூக்கிறதாம்.

‘நன்மை’ என்று பொருள் கொள்ளும் உரைகள் ‘அசையியற்கு’ என்கிற சொல்லை தலைவனின் நிலையாக்கி ‘வாடி வருந்தி நிற்பவனுக்கு’ என்பதுபோல் பொருள் சொல்கின்றன. அப்படி அவன் வருந்திநின்று மனம் சோர்ந்துபோகும்போது அவனைத் தெம்பூட்டும் விதமாக அவள் ஒரு சிரி சிரித்துவிடுகிறாள். அந்தச் சிரிப்புதான் அவனுக்கான நற்குறிப்பு என்கின்றன இவ்வகை உரைகள்.

பசையினள் – அன்பானவள், பரிவானவள்

ஏதிலாா் போலப் பொதுநோக்கு நோக்குதல்
காதலாா் கண்ணே உள (1099)

தமக்குள் ஒன்றுமேயில்லை என்பதுபோலப் பொது நோக்கு நோக்குதல் காதலர்க்கே உரித்தான கள்ளம்.

கண்ணொடு கண்இணை நோக்கொக்கின் வாய்ச்சொற்கள் என்ன பயனும் இல (1100)

கண்ணும், கண்ணும் பேசிக் காதல் புரியத் தொடங்கி விட்டால் பிறகு வாய்ச் சொற்களால் பயனொன்றும் இல்லை.

இப்பொது பொதுநோக்கு என்கிற நடிப்பைத் துறந்து இருவரும் காதல்நோக்கு நோக்கிக் கொள்கிறார்கள். வாய் திக்கும்; திணறும். சொற்கள் நீளும்; குறையும்; உளரும். கண்களின் பாஷையிலோ சிக்கலொன்றுமில்லை.

அழகர் இப்பாடலை தோழியின் எண்ணமாகச் சொல்கிறார். "இருவர் கண்களிலும் ஒன்றே போலான கள்ளத்தனம் தெரிவதால் இவர்கள் தம்மிடம் சொல்லும் சொற்கள் உண்மையாக இருக்க வாய்ப்பில்லை" என்று தோழி நினைப்பதாகச் சொல்கிறார்.

வாய்ச் சொற்கள் தேவையே இல்லாதபடிக்குத் தலைவனும் தலைவியும் உள்ளம் கலந்து நிற்பதோடு நிறைகிறது காமத்துப்பாலின் இரண்டாம் அதிகாரம்.

சிலர் இதைக் கண்டதும் காதல் என்று கேலி பேசலாம். ஆனால் தொல்காப்பியம் இதை 'இயற்கைப் புணர்ச்சி' என்று முறை செய்கிறது. ஊழ்வினையின் பயனால்தான் காதலர் கலக்கின்றனர் என்கிறது. "பாலது ஆணையின் ஒத்த கிழவனும், கிழத்தியும் காண்ப..." என்கிறது நூற்பா. பால் எனில் ஊழ்.

இயற்கைப் புணர்ச்சியில் உள்ளங்கள்தான் கலந்தனவா? உடல்கள்? அதற்கும் வாய்ப்புண்டு என்றே ஆய்வுகள் சொல்கின்றன. சான்றோர் என்னை முனியலாகாது, ஏடு என்ன சொல்கிறதோ அதையே நான் சொல்கிறேன். "அன்புடை நெஞ்சம் தாம் கலந்தனவே" என்பதில் நெஞ்சம் என்பது ஒருவித இடக்கரடக்கலே, கலந்தவை உடல்கள்தான் என்கிறார் ஒரு மூத்த தமிழறிஞர். யாதும் தெய்வத்தின் சித்தம் என்பதால் மனிதர்களை முறைத்துப் பயனில்லை.

சரி... நமது நோக்கம் கவிதைதான்... கலகமல்ல. அடுத்த அதிகாரம் 'புணர்ச்சி மகிழ்தல்' அதாவது நிகழ்ந்த புணர்ச்சியை எண்ணி எண்ணி மகிழ்தல்.

3

புணர்ச்சி மகிழ்தல்

புணர்ச்சியை எண்ணி மகிழ்தலும் அதன் பெருமை பேசுதலுமான அதிகாரம் இது.

> கண்டுகேட்டு உண்டுஉயிர்த்து உற்றறியும்
> ஐம்புலனும்
> ஒண்தொடி கண்ணே உள   (1101)

கண்ணால் கண்டும், செவியால் கேட்டும், நாவால் ருசித்தும், மூக்கால் முகர்ந்தும், மெய்கொண்டு தழுவுவதுமாக ஐம்புலன்களையும் இன்பத்துள் ஆழ்த்தும் வல்லமை அவளிடத்து உண்டு.

கண்டாலே காமம் இனிக்கும் என்று முன்பே சொல்லிவிட்டவர் இங்கு கண், செவி, வாய், மூக்கு, மெய் என மொத்த உடலையும் இனிக்கச் செய்வது காமம் என்கிறார்.

கூந்தலேறிய பின்புதான் மல்லிகை மணக்கவே துவங்குகிறதென்பது நக்கீரச்சிறுவன் அறியாதது.

ஒண்தொடி கண்ணே உள – அழகிய வளையல்கள் அணிந்தவளிடம் உள்ளது

> பிணிக்கு மருந்து பிறமன் அணியிழை
> தன்நோய்க்குத் தானே மருந்து   (1102)

பிற நோய்களுக்கெல்லாம் நோய் ஒன்று, அதற்கு மருந்து இன்னொன்று. அவள் அளித்த நோயிற்கோ அவளே மருந்து.

மாலை மலரும் நோய்

'பிணிக்கு மருந்து பிற' என்பதில் சிக்கலில்லை. 'மன்' எனும் ஒட்டு கொஞ்சம் குழப்புகிறதா? அது செய்யுளில் ஓசையை நிரப்பும் பொருட்டு வருவது. தனித்துப் பொருள் தராது. தனித்துப் பொருள் தராது என்று சொல்லும் போதிலும் சில பொருள்களைக் குறிப்பால் உணர்த்தவே செய்கிறது. இங்கு 'மன்' என்பது 'பிற' என்பதைக் கொஞ்சம் அழுத்துகிறது. அப்படி அழுத்துவதன் மூலம் அதை இழித்துரைக்கிறது என்று கொள்ளலாம். அதாவது பிறவற்றால் காதல் நோய்க்குத் தீர்வில்லை அல்லவா?

அணியிழை – அழகிய ஆபரணங்களை அணிந்தவள்
இழை – ஆபரணம்

அதிகாரத்தைப் பொறுத்தே 1091ஆம் குறளிலிருந்து இப் பாடல் வேறுபட்டு நிற்கிறது. அதில் தலைவன் மருந்தை வேண்டி நிற்பவன். இவன் உண்டு மகிழ்ந்தவன் அவ்வளவே.

ஒரே கவிதையை இரண்டு முறை எழுதிவைக்கும் இயல்பு வள்ளுவரிடமும் தென்படவே செய்கிறது. சமயங்களில் ஒரு பிரமாதமான கவிதைக்குப் பிறகு அதைப் போன்றே ஒரு சுமாரான கவிதையைச் செய்து வைத்திருக்கிறார். உதாரணத்திற்கு 'நிறைஅழிதல்' அதிகாரத்தில் வரும் ஐந்தாவது, ஆறாவது பாடல்களைச் சொல்லலாம். அதிகாரத்திற்குப் பத்துப் பாடல்கள் எழுதியாக வேண்டுமல்லவா? அந்தக் கட்டாயத்தால்கூட இது நேர்ந்திருக்கலாம்.

இப்படிச் சொல்வது வள்ளுவரை இகழ்வதாகாது. இத்தனை பாடல்களைப் புதிதுபுதிதாக எழுதியவருக்கு இன்னொரு புதுப்பாடல் எழுதத் தெரியாதா மடையா? என்று நீங்கள் என்னை ஏசலாம். ஆனால் படைப்பு மனம் எப்போதும் ஒரே கொதிநிலையில் இருப்பதில்லை. திருக்குறள் ஒரு விதத்தில் திட்டமிடப்பட்ட படைப்பு. அதுவும் நீண்ட காலத்திட்டம். திட்டமிட்ட படைப்புச் செயல்பாட்டில் தொடர்ச்சியாக இயங்க நேரும் படைப்பு மனத்தால் சதா காலமும் ஒன்று போலவே பீறிட்டுப் பெருக முடிவதில்லை என்று சொல்லலாமா? ஆனால் அய்யன் மகாகவிதான் அதிலொன்றும் சந்தேகமில்லை.

தாம்வீழ்வார் மென்றோள் துயிலின் இனிதுகொல்
தாமரைக் கண்ணான் உலகு **(1103)**

தான் விரும்பும் காதலியின் மென்தோளில் சாய்ந்துறங்கும் உறக்கத்தைக் காட்டிலும் இன்பமுடையதா என்ன அந்த இந்திரனின் உலகு?

அவள் தோளிலேயே சொர்க்கம் கிட்டுகையில் அவன் ஐம்புலன் அடக்கித் தவம் இயற்ற வேண்டுமா என்ன?

'தாமரைக்கண்ணான் உலகு' என்பதை 'செங்கண்மால்உலகு' என்றுதான் அழகர் சொல்கிறார். 'இந்திரன் உலகு' என்று சொல்கின்றனர் சிலர். இந்திரன் உலகு என்பதே பொருத்த முடையதாக உள்ளது.

வீழ்வார் – 'வீழ்தல்' என்பதற்கு விரும்புதல் என்றும் விழுதல் என்றும் பொருள் சொல்கின்றன அகராதிகள். இரண்டும் ஒன்றுதானே என்று சொல்லிச் சிரிக்கிறது காதல்.

> நீங்கின் தெறூஉம் குறுகுங்கால் தண்ணென்னும்
> தீயாண்டுப் பெற்றாள் இவள்   (1104)

விலகிப்போனால் சுடுகிற, நெருங்கிச் சென்றால் குளிர்கிற அதிசயத் தீ அவள்.

தீ யாண்டு பெற்றாள் இவள் – இப்படியான தீயை எங்கிருந்து பெற்றாள் இவள்? குளிர்ச்சிதான் என்றாலும் பனிக்கட்டியின் குளிர்ச்சியல்ல. அதனுள்ளே மின்சக்தியொன்று ஓயாமல் ஓடுகிறது. காமத்தின் குளிர்ச்சி என்பது தீக்குள் இருக்கும் குளிர். பற்றியெரிகிற குளிர் அவள்.

தெறுதல் – சுடுதல்

> வேட்ட பொழுதின் அவையவை போலுமே
> தோட்டார் கதுப்பினாள் தோள்   (1105)

விரும்பும் பொழுது விரும்பிய பொருட்கள் அளிக்கும் சகல இன்பங்களையும் தானே அளிக்கவல்லது அவள் தோள்.

நீர் வேட்கையில் அவள் நீர். ஊண் வேட்கையில் அவள் ஊண். நிழல் வேட்கையில் அவள் நிழல். நித்திரை வேண்டினால் அதையும் அருள்வாள். இப்படியாக எல்லா இன்பங்களும் மொய்த்துக் கிடக்கின்றன அவள் தோளில்.

தோட்டார் கதுப்பினாள் தோள் – மலரணிந்த கூந்தலையுடையவளின் தோள்
வேட்டம் – விருப்பம், தோடு – பூவிதழ்

> உறுதோ றுயிர்தளிர்ப்பத் தீண்டலாற் பேதைக்
> கமிழ்தின் இயன்றன தோள்   (1106)

எளிது: உறுதோறும் உயிர்தளிர்ப்பத் தீண்டலாற் பேதைக்கு அமிழ்தின் இயன்றன தோள்.

மாலை மலரும் நோய்

கூடற்பொழுதில் அவள் என்னைத் தீண்டும்போதெல்லாம் வாடிக்கிடக்கும் என் உயிர் தளிர்த்துச் செழித்துவிடுகிறது. எனில், அமிழ்தால் ஆனதோ அவள் தோள்!

இந்த அமுதைப் பெற மலையை மத்தாக்கி, பாம்பைக் கயிறாக்கிப் பாற்கடலைக் கடைய வேண்டியதில்லை. தலைவனுக்குத் தலைவியே அமுது. இதழமுதம்போல இது தோளமுதம்! தழுவும்போது அமுதாகி இனிக்கும், அதுவேதான் பிரிவுக் காலத்தில் நஞ்சாகிக் கொல்கிறது.

உறுதல் – சேர்தல்

தம்மில் இருந்து தமதுபாத் துண்டற்றால்
அம்மா அரிவை முயக்கு **(1107)**

தம் இல்லத்தில் மகிழ்ந்திருந்து தனது உரிமைப் பொருளைப் பிறர்க்கும் அளித்துத் தானும் உண்டு மகிழும் இன்பத்திற்கு இணையானது அவளைத் தழுவிப்பெறும் அந்த இன்பம்.

மேற்சொன்ன உரைதான் பெரும்பாலும் சொல்லப்பட்டிருக்கிறது. 'பகுத்துண்டு பல்லுயிர் ஓம்புதல்' என்பதுதான் வள்ளுவ நெறி. ஆனால் சில உரைவேறுபாடுகளும் உண்டு.

"தனது முயற்சியின் பலனாய்ப் பெற்ற, தனக்குச் சொந்தனமான பொருளை தம் இல்லத்தில் இனிதிருந்து நிம்மதியாய் அனுபவிக்கும் இன்பத்திற்கு நிகரானது அவளைத் தழுவி அடையும் இன்பம்" என்கிற அர்த்தத்தில் பேசுகிறது ஒரு உரை. அதாவது 'பகுத்துண்டலை' விட்டுவிடுகிறது.

"தம் இல்லில் இருந்து தமதை உண்பதை" ஒரு முக்கியமான இன்பமாகவே தமிழ்மரபு முன்வைக்கிறது. "தம் இல் தமது உண்டன்ன சினைதொறும் தீம் பழம் தூங்கும் பலவின்" என்கிறது ஒரு குறுந்தொகைப் பாடல்.

ஒருதிரைப்படத்தில் திருடித்திரியும் நாயகனை நல்வழிப்படுத்த நாயகி சொல்லும் அறிவுரை...

"உழச்சு சம்பாரிக்கற அந்த ஒத்த ரூபாய்ல அப்படி என்னதான் சொகம் இருக்குன்னு பாத்துருவோம்யா.."

அம்மா – அம் எனில் அழகு. அழகிய மாமை நிறத்தை உடையவள் என்று பொருள். மேலும் இது புணர்ச்சி இன்பத்தை வியக்கும் ஒரு வியப்புச் சொல்லாகவும் கொள்ளப்படுகிறது.

வீழும் இருவர் கினிதே வளியிடை
போழப் படாஅ முயக்கு **(1108)**

காற்றுகூட இடையில் நுழைய முடியா வண்ணம் இறுக அணைத்துக் கிடப்பதுவே காதலர் இருவர்க்கும் இனிது.

"காற்றால் இடையறுக்கப்படாத முயக்கம்" என்கிறார் அழகர்.

ஆசையே இன்பத்துக் காரணம்; அதுவே துன்பத்துக் காரணமும்.

வீழ்தல் – விரும்புதல்
வளி – காற்று
முயங்குதல் – தழுவுதல்

ஊடல் உணர்தல் புணர்தல் இவைகாமம்
கூடியார் பெற்ற பயன் (1109)

ஊடுதலும், ஊடலின் அளவறிந்து அதை நீங்குதலும், பிறகு புணர்தலும் இவை காமத்தின் பயன்கள்.

புணர்ச்சியை அல்ல ஊடலையே முதலில் முன்வைக்கிறார். ஊடல் ஓர் இன்பம். அதைக் காதலர் அறிவர். உணர்தலும் முக்கியம். ஊடலை, அதன் இன்பத்தை எந்தத் தருணத்தில் முடித்துக் கொள்ள வேண்டும் என்கிற உணர்வும் காதல் வாழ்வில் மிக முக்கியம். அளவுக்கு மிஞ்சினால் ஊடலும் நஞ்சு. வழக்கமான புணர்ச்சியைக் காட்டிலும் ஊடலுக்குப் பின்னான புணர்ச்சியில் களியாட்டம் மிகுதியென்று களித்தோர் கூறக் கேட்டிருக்கிறேன். அப்போது நிஜமாலுமே இருவருக்குமிடையே காற்றுகூட நுழைய இயலாது, முந்தைய பாடலில் சொல்லியபடி.

அறிதோ றறியாமை கண்டற்றால் காமம்
செறிதோறும் சேயிழை மாட்டு (1110)

கற்குந்தோறும் கற்பவனின் அறியாமை வெளிப்படுவது போன்று அவளைச் சேரும் தோறும் சேரவே முடியாத ஏதோ ஒன்று அவளிடம் எஞ்சிவிடுகிறது.

'கல்லாதது உலகளவு' என்பதுபோல அவளிடம் அறியா முடியா இன்பங்கள் ஏராளம் கொட்டிக் கிடக்கின்றன. அதாவது காணக்காணத் தீராதவள். எப்போதும் புதியவள்.

சேயிழை – சிவந்த அணிகலன்களை அணிந்தவள்
செறிதல் – சேருதல், புணர்தல்

எல்லா உரைகளிலும் ஒருவிதப் போதாமை உண்டு. அந்தப் போதாமையிலிருந்துதான் அய்யன் எழுந்து விரிந்து நிற்கிறார். மற்ற உரைகளைக் காட்டிலும் என்னால் சுவையாக உரை செய்து விட முடியும் என்கிற ஆசையிலும் நம்பிக்கையிலும்தான் நான்

உட்பட எல்லா உரையாசிரியர்களும் கிளம்பி வருகிறோம். ஆனால் கவிதையின் ஆன்மாவை அதே லயத்தோடு சென்று தொடுவது அவ்வளவு எளிதானதல்ல. மொழிபெயர்ப்பின் எல்லாச் சிக்கல்களையும் கொண்டது உரையாக்கம்.

எல்லா உரைகளுக்கும் பொதுவான இந்தப் போதாமையைத் தவிர கலைஞர் உரையில் தனித்துக் குறை சொல்ல அதிகமில்லை. காலத்தையும் கருத்தில் கொண்டு சில இடங்களைத் துல்லிய மாகவே எழுதிக் காட்டியிருக்கிறார். ஆனால் இந்தக் குறளின் உரையில், பாடலில் இல்லாத 'மாம்பழ மேனி' எதையோ நினைத்து ஏங்குகிறார்.

4

நலம் புனைந்துரைத்தல்

தலைவியின் அழகு நலத்தைப் புகழ்ந்துரைக்கும் அதிகாரம் இது

நன்னீரை வாழி அனிச்சமே நின்னினும்
மென்னீரள் யாம்வீழ் பவள் (1111)

அனிச்சமே இதுவரை நீயே மெல்லியவள் என்றிருந்தாய். இவளோ நின்னினும் மெல்லியள்.

அனிச்சத்தை வாழ்த்துவதுபோல வாழ்த்தி விட்டுத் தலைவியை அதனினும் மேலான இடத்தில் வைத்துப் புகழ்கிறார். பெண்ணைப் பூவாகக் கண்ட முதல் கவி யார்? அந்தக் கவிதை எப்போது எழுதப்பட்டிருக்கும்? தொல்காப்பியத்திற்கு முந்தைய காலத்திலேயே பிறந்திருக்க வாய்ப்புள்ள இந்த உவமை, இலக்கியம் இருக்கும் மட்டும் இருக்கும். ஒரு ஆண் கொஞ்சம் மலர்ந்து மணந்த அந்த ஆதி கணத்திலேயே பூ பூவையாகி இருக்கக்கூடும்.

பூ பூவையாகி, பூவையராகிப் பேருந்தின் முன்னிருக்கையில் அமர்ந்திருக்க, பொறுக்கி யொருவன் சீட்டுக்கடியில் காலை விட்டு நோண்டுவது நவீன வாழ்வின் சித்திரம். மலரைக் கண்டு மனிதன் இன்னொரு மலராக வேண்டுமென்பதுதான் இயற்கையின் விருப்பம். ஆனால் விபரீதமாகச் சமயங் களில் குரங்காகி விடுகிறான்.

மலர்காணின் மையாத்தி நெஞ்சே இவள்கண்
பலர்காணும் பூவொக்கும் என்று (1112)

பலரும் பூ என்று கண்டுசெல்லும் அதை அவளின் கண் என்று மயங்கி நிற்கிறாயே மடநெஞ்சே!

காதலில் வீழ்ந்த தலைவனின் கண்கள் காதலின் கண்கள் ஆகிவிடுகின்றன. அவை காண்பதெல்லாம் ஒரே காட்சி. அக்காட்சி முழுக்க ஒரே முகம். அது தலைவியின் முகம். எங்கெங்கும் அவள் நீக்கமற நிறைந்துவிடுகிறாள். பூவில் மட்டுமல்ல, புழுவிலும் கூட காதலியின் முகமே நெளிந்து எழும் பருவம் அது.

மையாத்தல் – மயங்குதல்

முறிமேனி முத்தம் முறுவல் வெறிநாற்றம்
வேலுண்கண் வேய்த்தோ ளவட்கு (1113)

அவள் மேனிதளிர்; பற்கள் முத்து; மணமோ நறுமணம்; கண்ணது வேல்; தோளது வேய்.

இதில் புத்தம்புதிய உவமை ஒன்றுமில்லைதான். ஆனால் சப்தம் புதிது. சப்த சொர்க்கம் இது. இந்தச் சப்த இனிமையால் ஒரு இனிப்புப் பண்டத்தை வாயுள் அடக்கிச் சுவைப்பதுபோல, குறளொன்றைச் சித்தத்துள் இருத்தி நாளெல்லாம் சுவைக்கலாம்.

முறி – தளிர்
முத்தம் – முத்து
வெறி – நறுமணம்
வேய் – மூங்கில்

காணின் குவளை கவிழ்ந்து நிலன்நோக்கும்
மாணிழை கண்ணொவ்வேம் என்று (1114)

என் தலைவியின் கண்களைக் கண்டால், தான் இதற்கு இணையில்லையென்று குவளை நாணி நிலம் நோக்கும்.

குவளையில் செங்குவளை, கருங்குவளை என்று இரண்டுண்டாம். கண்ணிற்கு உவமையாவது கருங்குவளை. குவளையை நான் இலக்கியங்களில்தான் அதிகம் கண்டிருக்கிறேன். நேரில் கண்டதாக நினைவில்லை அல்லது அந்தப் பெயரோடு சேர்த்துக் கண்டதில்லை. குளத்தில் காணக்கூடும் என்று சொல்கிறார்கள். முதலில் குளத்தைத் தேடிப் பிடிக்க வேண்டும். பிறகு குவளையை.

மாணிழை – சிறந்த அணிகலன்களை அணிந்தவள்

அனிச்சப்பூக் கால்களையாள் பெய்தாள் நுசுப்பிற்கு
நல்ல படாஅ பறை (1115)

அந்தோ! இவளொரு பிழை செய்து விட்டாள். அனிச்சப்பூவைக் காம்பு கிள்ளாமல் தலையில் சூடிவிட்டாள். எனவே பாரம் தாளாது இவள் இடை ஒடியப்போவது உறுதி.

அந்தோ! என்கிற பதற்றம் சொல்லில் இல்லை. ஆனால், பொருளில் ஒளிந்துள்ளது.

'நல்ல பறை படா' என்கிற வரி நுட்பமானது. இடை ஒடிந்து செத்து விட்டது. சாவு வீடென்றால் பறை முழங்க வேண்டுமல்லவா? அந்தப் பறைதான் அந்த வரியில் முழங்குகிறது. ஆனால் "நல்ல பறை படா" என்றெழுதுகிறார். அதாவது மங்கல வாத்தியங்கள் இல்லை. சாவிற்கு இசைக்கப்படும் பறைதான் அவள் இடைக்கு இசைக்கப்பட வாய்ப்பு என்கிறார். பரிமேலழகர் உரை இதை 'நெய்தற் பறை' என்கிறது.

கால் – காம்பு
நுசுப்பு – இடை

மதியும் மடந்தை முகனும் அறியா
பதியின் கலங்கிய மீன் (1116)

எது மதி? எது எம் தலைவியின் முகமென அறியாது வானத்து மீன்கள் கலங்கித் தவிக்கின்றன.

விண்மீன்கள் சமயங்களில் ஓடி எரிந்தடங்குவதைக் கண்டிருக்கிறோம். அந்த ஓட்டம்தான் இந்தப்பாடலில் உள்ளதா என்பதில் தெளிவில்லை. உரைகள் பலவும் 'தன் நிலையில் இல்லாது திரிகின்றன' என்பதுபோல உரை சொல்கின்றன.

நிலவு இலக்கியத்தின் தீராத செல்வம். குன்றாத பிரகாசம். ஒவ்வொரு நாளும் தோன்றுவது ஒரே நிலவல்ல. காண்பதும் அதே கண்ணல்ல. அது ஒரு கிரகம் எங்கோ தூரத்தில் இருக்கிறது நிம்மதியாக இருக்கட்டும் என்று விட்டுவிடுவதில்லை நம்மவர். தனக்கு நேரும் ஒன்றை நிலவின் மேல் ஏற்றிப் பாடுவது கவிமரபு. "அற்றைத் திங்கள் அவ்வெண்ணிலவில்" என்கிற வரி நிலவு உதிர்ந்து உலகு இருண்ட பின்னும் ஒளிரும் வரியல்லவா?

காதலன் உடனிருக்கிறான். நிலவு தண்ணென்றிருக்கிறது. மந்த மாருதம் வீசுகிறது. அவன் உடன் இல்லை. பிரிந்து சென்று விட்டான். தலைவியை விரகம் வாட்டுகிறது. உடனே நிலவில் குப்பென்று தீப்பற்றிக்கொள்கிறது. "நெருப்பு வட்டமான நிலா" என்று நொந்து சாகிறாள் ஒரு தனிப்பாடல் தலைவி.

மாலை மலரும் நோய்

காதல் வந்ததும் நிலவில் காதலர் முகம் தெரிய வேண்டும் என்பது ஒரு நியதி. ஒரே ஒரு முகம்தான் தெரிய வேண்டு மென்பதால் நவீனக் காதலர் மதியைப் புலியென அஞ்சுவர்.

பதி – இருப்பிடம்

> அறுவாய் நிறைந்த அவிர்மதிக்குப் போல
> மறுவுண்டோ மாதர் முகத்து (1117)

தேய்வதும் நிறைவதுமான நிலவில் உள்ளது போன்று கறையேதுமுண்டோ எம் தலைவியின் முகத்தில்?

முதல் பாடலில் மதியும் முகமும் ஒத்தது என்று சொன்னவர், இதில் ஏன் ஒவ்வாதது என்று சொல்கிறார்? ஒரு நாள் மங்கியும், இன்னொரு நாள் பிரகாசித்தும் தோன்றுகிற தன்மை இவளிடத்தில் இல்லை. என்றும் குன்றாத ஒளியிவள். எனவே இரண்டும் ஒன்றல்ல.

அறுதல் – தேய்தல், மறைதல்
அவிர்தல் – பிரகாசித்தல்
அவிர்மதி – பிரகாசிக்கும் மதி

> மாதர் முகம்போல ஒளிவிட வல்லையேல்
> காதலை வாழி மதி (1118)

அவள் முகம்போல நீயும் ஒளிவிட வல்லையாயின், மதியே! நான் உன்னையும்கூடக் காதலிப்பேன்.

வாழி என்பதில் ஒரு சின்னக் கேலி ஒளிந்திருக்கிறது. அந்தக் கேலி முடியவே முடியாது என்று அடித்துச் சொல்கிறது. கூடவே "பாவம்... ஏழை நிலவு" என்பதான இரக்கமும் தொனிக்கிறது இதில்.

> மலரன்ன கண்ணாள் முகமொத்தி யாயின்
> பலர்காணத் தோன்றல் மதி (1119)

நிலவே! உன் முகமும் என் தலைவியின் முகம் போன்றே ஒளிவிடக்கூடியது என்கிற பெருமை உனக்கு வேண்டுமா? எனில் பலர்காணப் பொதுவில் தோன்றிவிடாதே.

"பலர் காண தோன்றாதே" என்பதற்கு மாறுபட்ட உரைகள் உள்ளன. நானே அவள் அழகு மொத்தமும் அறிந்தவன். பிறர் அறிய வல்லார். எனவே நான் காண மட்டும் தோன்று என்பதாகச் சொல்கிறது அழகர் உரை. காதலியின் அழகு காதலனின் கண்களில் அன்றோ உள்ளது!

இசை

தலைவியும் அழகு, நிலவும் அழகு. ஆனால் நிலவைவிடத் தலைவி ஒளிவிடுவது அவளது நாணம் என்னும் அணியினால்தான். நிலவும் அவள் போல் ஆக வேண்டுமாயின், நாணத்தை விட்டு இப்படி பொதுவில் தோன்றாதிருக்க வேண்டும் என்பதாகச் சொல்கிறது ஒரு விளக்கம்.

தோன்றல் – தோன்று+அல், தோன்றிவிடாதே
மலரன்ன கண்ணாள் – மலர் போன்ற கண்களை உடையவள்

> அனிச்சமும் அன்னத்தின் தூவியும் மாதர்
> அடிக்கு நெருஞ்சிப் பழம் (1120)

அனிச்ச மலரும், அன்னத்தின் இறகும் தலைவியின் காலடிக்கு நெருஞ்சி என உறுத்தும். அவ்வளவு மிருது அவள் காலடி.

வதனத்தில் சந்திரபிம்பம் உள்ளது போன்று கால்களில் ஒரு ஓவியம் உள்ளது. முனிகளின் கமண்டலத்து நீரைக் காக்கைகள் குடிக்கச் செய்யும் ஓவியம் அது. "இட்டடி நோவ, எடுத்தடி கொப்பளிக்க…" என்று அமராவதியின் நடை வருத்தத்தைப் பாடுகிறான் அம்பிகாபதி. எவ்வளவு மெதுவாக வைத்தாலும் வைத்த அடி நோகுமாம். வைத்து எடுத்த அடி கொப்பளித்து விடுமாம். அவ்வளவு மெல்லியது அவள் பாதங்கள் என்கிறான்.

இந்த அதிகாரம் அனிச்சத்தில் துவங்கி அனிச்சத்தில் முடிகிறது. இடையில் வருகிற இன்னொரு அனிச்சத்தையும் சேர்த்தால் இந்த அதிகாரத்திலேயே அனிச்ச மலர் மூன்று முறை பாடப்பட்டுள்ளது. ஆனால் அனிச்சத்தை 'பாடல் பெற்ற ஸ்தலம்' போன்ற பெருமைக்கு உயர்த்திய குறள் ஒன்றுண்டு. அது 'விருந்தோம்பல்' அதிகாரத்தில் வருகிறது.

> மோப்பக் குழையும் அனிச்சம் முகந்திரிந்து
> நோக்கக் குழையும் விருந்து

உலகத்து மலர்களுள் மென்மையானது என்று குறிப்பிடப் படுவது அனிச்சம். இம்மலர் குறித்துக் குழப்பமான செய்திகளே நிலவுகின்றன. தற்போது இது முற்றாக அழிந்துவிட்டது என்று சொல்கின்றனர் சிலர். வேறு சிலர் எங்கேனும் ஒளிந்திருக்கும் நம்மால்தான் கண்டுபிடிக்க முடியவில்லை என்கின்றனர். இதன் நிறம் குறித்த குறிப்புகள் ஏதும் இலக்கியங்களில் இல்லை. ஆனால் கேட்டதும் கொடுக்கும் கூகுளில் தேடினால், ஊதா, செம்மஞ்சள் என்று விதவிதமான வண்ணங்களில் 'அனிச்ச'த்தைக் காண முடிகிறது. தேடிவந்தோரை வெறுங்கையோடு அனுப்பும் பழக்கம் கூகுளுக்கு எப்போதும் கிடையாது.

5

காதற் சிறப்புரைத்தல்

*காதலர், தம் காதலின் இனிதும், பித்தும்
சொல்லும் அதிகாரம்.*

பாலொடு தேன்கலந் தற்றே பணிமொழி
வாலெயிறு ஊறிய நீர் (1121)

மென்மொழி பேசும் தலைவியின் தூவெண் பற்களில் ஊறிய நீர் பாலொடு தேனும் கலந்தது போன்ற சுவையுடையது.

பாலொடு தேன் கலந்து இதுவரை அருந்திய தில்லை. ஆயினும் உறுதியாக வாயமுதிற்கு இணையாகாது. வாலெயிற்று நீர் கொஞ்சம் காரமும் உடைத்து. காமம் இடும் காரம் அது.

'வால்' எனும் சொல் பழந்தமிழ்க்கவிதைகளில் அடிக்கடி இடம்பெறக் காணலாம். அது வெண்மை, தூய்மை, பெருமை போன்று பொருள்படும். "வாலெயிறு ஊறிய வசை இல் தீ நீர்" என்கிறது குறுந்தொகை. இந்தத் தீஞ்சுவை நீரைப் பெறாமல் வெறும் செல்வத்தை மட்டும் பெற்று என்னதான் பயனென்று ஒருதலைவன் பொருள்வயின் பிரிவையே கைவிட்டு விடுகிறான்.

உடம்பொடு உயிரிடை என்னமற் றன்ன
மடந்தையொடு எம்மிடை நட்பு (1122)

உடம்பில் உயிர் எப்படியோ அப்படியானது தலைவியொடு நான் பூண்ட நட்பு.

இந்த 'உடம்பொடு உயிரை' ஆண்டாண்டு காலமாக பாவலர் முதல் பாமரர் வரை சொல்லிச் சொல்லித் தேய்க்கின்றனர். ஆயினும் அதன் ஆதார இயல்பு காரணமாக அது தேயமாட்டேனென்று அடம்பிடிக்கிறது. கவிதையில் வரும் 'உயிரே' எனும் விளி தேய்வழக்காகி வெகுகாலமாகிவிட்ட பின்னும், இசையில் துடிக்கும் 'உயிரே' இன்னும் ஜீவனோடுதான் ஒலிக்கிறது. பாடல் களில் அது இன்னும் 'க்ளிஷே' ஆகிவிடவில்லை.

கருமணியிற் பாவாய்நீ போதாயாம் வீழும்
திருநுதற்கு இல்லை இடம் (1123)

என் காதலி என்னுள்ளேயே இருக்க வேண்டும். எனில் அதற்குப் பொருத்தமான இடம்தான் என்ன? என் கண்ணிற் கருமணிப் பாவாய்! நீ வேறெங்கேனும் போய்விடு.

'கண்ணே' என்கிற விளியும் காலத்தில் புளித்து விட்டது. ஆனால் அதன் பாவையைப் போய்விடு என்று விரட்டுவது சுவாரஸ்யமளிக்கிறது.

கண்ணேவிலிருந்து சனியனேவிற்குச் செல்லும் பாதை உளவியல் வல்லுநர்களுக்கு உரியது. அவர்கள் அங்கு இரவு பகலாக வேலை செய்து அரிய பல முத்துக்களை அளித்து வருகிறார்கள்.

வீழுதல் – விரும்புதல்
வீழும் திருநுதற்கு – என்னால் விரும்பப்படும் அழகிய நெற்றியையுடைய தலைவிக்கு

வாழ்தல் உயிர்க்கன்னள் ஆயிழை சாதல்
அதற்கன்னள் நீங்கும் இடத்து (1124)

வாழ்விற்கு உயிர் போன்றவள் தலைவி. எனில் அவள் நீங்கினால் என் உயிர் நீங்குகிறதென்றே பொருள்.

"காதல் போயின் சாதல், சாதல், சாதல்" என்று ஓங்கிச் சொல்கிறார் பாரதி. தண்டவாளத்திற்குத் தலைகொடுத்துப் படுத்திருக்கும் காதலின் நெஞ்சுரம் நடுநடுங்கச் செய்கிறது. உறுதியாகக் காதலின் தலைதான் அது. அவனிலிருந்து காதலை மட்டும் உருவி எடுத்துவிட்டால் துள்ளி எழுந்து தூர ஓடிவிடுவான் தலைவன்.

காதல் பன்மைக்கு மாறிவிட்ட காலம்தான் இது. காதலில் தற்கொலைகள் குறைந்துவிட்டதாக வருத்தப்படுகிறது ஒரு திரைப்பாடல். ஆயினும் நமது நாளிதழ்களில் காதலின் இரத்தச்

சிவப்பு கொட்டாத நாட்கள் குறைவு. காதல் இச்சையன்றி வேறில்லை என்று சொல்வார் உண்டு. எனில் அது ஏன் இன்னொரு உடலைத் தேடிப் போகாமல் பூச்சிக்கொல்லியைத் தேடி ஓடுகிறது?

ஆயிழை – ஆய்ந்து தேர்ந்த ஆபரணங்களை அணிந்தவள்

உள்ளுவன் மன்யான் மறப்பின் மறப்பறியேன்
ஒள்ளமர்க் கண்ணாள் குணம் (1125)

தலைவியை, அவள் குணத்தழகை நான் மறப்பதேயில்லை. மறந்தாலன்றோ நினைப்பதற்கு.

இரண்டாயிரம் வருடங்கள் பழமையான இந்தக் காதல் காட்சி இன்றுவரை தொடர்ந்து வருகிறது. "என்ன நெனச்சுகிட்டயா...?" என்று காதலி கேட்கிறாள். "மறந்தாத்தான நெனைக்கறதுக்கு..." என்று ஒரு போடு போடுகிறான் தலைவன். "ப்ராடுப் பயடா நீ..." என்று காதலி ஏசினாலும், அப்போது அவள் கண்களில் சின்னதொரு வெட்கம் துள்ளத்தான் செய்கிறது.

ஒள்ளமார்க் கண்ணாள் – ஒளிர்ந்து போர் செய்யும் கண்களை உடையவள்

கண்ணுள்ளின் போகார் இமைப்பின் பருவரார்
நுண்ணியர்எம் காத லவர் (1126)

அவர் என் கண்ணிலிருந்து போகமாட்டார். நான் இமைத்தால் அதற்காக வருந்தவும் மாட்டார். அவ்வளவு நுண்ணியர் எம் காதலர்.

ஊரில் அலர் மிகுந்துவிட்டது. அது தணியும்வரை தலைவியைக் காண்பதைத் தவிர்க்கிறான் தலைவன். தலைவியைக் காண வாராத தலைவனைப் பழித்துப் பேசுகிறாள் தோழி. அத்தோழிக்குத் தலைவியின் பதிலுரையாகச் சொல்லப்படுகிறது இப்பாடல். என்னை விட்டு எங்கேயும் போய்விடவில்லை எம் தலைவன். அவன் என் கண்ணுள்ளேதான் இருக்கிறான். ஆனால் உங்களைப் போன்ற 'ஊனக்கண்' கொண்டோர்க்கு அவன் தெரிவதில்லை என்று தன் காதலின் சிறப்புரைக்கிறாள் தலைவி.

பருவரல் – வருந்துதல்
நுண்ணியர் – கட்புலனாகா நுண்ணியர் "நுண்ணிய அறிவுடையார்" என்கிறது மணக்குடவர் உரை.

கண்ணுள்ளார் காத லவராகக் கண்ணும்
எழுதேம் கரப்பாக் கறிந்து (1127)

என் காதலர் எப்போதும் என் கண்ணுள்ளேயே உள்ளார். அவர் வருந்தி மறைந்துவிடுவாரோ என்றஞ்சித்தான் நான் மை கூட எழுதுவதில்லை.

அலங்கரித்த விழிகளைக் காட்டிலும் அவ்வளவு பிரகாசம் இந்தப் பேதையின் விழிகளில்.

கரத்தல் – மறைதல், கெடுதல்

நெஞ்சத்தார் காத லவராக வெய்துண்டல்
அஞ்சுதும் வேபாக் கறிந்து   (1128)

எளிது: நெஞ்சத்தார் காதலவராக வெய்துண்டல்

அஞ்சுதும் வேபாக்கு அறிந்து

சூடான எதையும் நான் உண்ண அஞ்சுகிறேன். உண்டால் என் நெஞ்சத்துள் இருக்கிற காதலரை அது சுட்டுவிடாதா என்ன?

"கண்ணுள்ளே காதலர் இல்லை", "நெஞ்சத்தார்க்கு வெய்துண்டால் சுடாது" போன்ற அசட்டு உண்மைகளால் கவிதைக்கோ காதலுக்கோ ஒரு பயனும் இல்லை. காதல் வந்தவுடன் அறிவு பலகாத தூரத்திற்குப் பறந்துவிடுகிறது. அறிவு பறந்தவுடன் இன்பம் விளைந்துவிடுகிறது. காதலில் நீ எவ்வளவுக்கெவ்வளவு முட்டாளோ அவ்வளவுக்கவ்வளவு இன்பம்.

உணவை உண்டால் வாய், உணவுக் குழாய் வழியே அது நேராக இரைப்பையை அடைந்துவிடுகிறது. இடையில் நெஞ்சத்திற்கு என்ன சோலி? என்கிற உங்கள் அனாட்டமி குச்சியைக் கவிதையின் குறுக்கே நீட்டாதீர். இது கவிதை... அதுவும் காதல் கவிதை. இங்கு அது வைத்ததுதான் அனாட்டமி.

வேபாக்கு – வேகுதல், சுடுதல்

இமைப்பின் கரப்பாக்கு அறிவல் அனைத்திற்கே
ஏதிலர் என்னுமிவ் வூர்   (1129)

கண்ணுள்ளே இருக்கும் காதலர் மறைந்துவிடுவாரோ என்றஞ்சித்தான் நான் இமைப்பதேயில்லை. இதையறியாத இவ்வூர் அவரை என் உறக்கத்தின் பகைவன் என்று பழிக்கிறது.

கரத்தல் – மறைதல், ஏதிலர் – பகைவர், அயலார்

உவந்துறைவர் உள்ளத்துள் என்றும் இகந்துறைவர்
ஏதிலர் என்னும்இவ் வூர்   (1130)

மாலை மலரும் நோய்   ❖ 39 ❖

எப்போதும் என் உள்ளத்தே மகிழ்ந்திருக்கிறான் தலைவன். அதை அறியாத இவ்வூரோ அவனை அன்பிலன் என்று தூற்றும்.

ஊருக்குச் சகலமும் கண்முன்னே நிகழ வேண்டும். நெஞ்சத்துள் பார்க்கும் வல்லமை அதற்கில்லை. தலைவன் தலைவியுடன் உறையவில்லை, எனவே, அவனுக்கு அன்பில்லை என்று தூற்றுகிறது ஊர். ஒருவிதத்தில் உடனுறைவதைக் காட்டிலும் உள்ளத்துறைவது சேமமானது. ஓயாமல் உடனுறைகையில் பரவசங்கள் மங்கத் தொடங்கிவிடுகின்றன. காதலின் புத்தம்புதிய ப்ரிண்டில் 'மழைக்கோடுகள்' விழுந்துவிடுகின்றன. "அதீத நெருக்கம் குழந்தைகளையும் வெறுப்பையும் உருவாக்கும்" என்கிறார் ஒரு அயல் தேசத்து அறிஞர்.

6

நாணுத்துறவுரைத்தல்

பிரிவுக்காலத்தில் காதல் படுத்தும்பாட்டை காதலர் வெட்கத்தைத் துறந்து விரித்து அரற்றும் அதிகாரமிது.

காமம் உழந்து வருந்தினார்க்கு ஏமம்
மடலல்லது இல்லை வலி (1131)

தலைவியின் காமம் பெறாமல் துயரம் மிக்க தலைவனுக்கு மடலேறுதலைத் தவிர வேறொரு துணையில்லை.

தலைவன் பனங்கருக்குக் குதிரையேறி, தலையில் எருக்கம்பூ சூடி, மார்பில் எலும்பு மாலையணிந்து தலைவியின் வீதி வழியே வருதலை 'மடலேறுதல்' என்பர்.

மாவென மடலும் ஊர்ப: பூவெனக்கு
விமுகிழ் எருக்கம் கண்ணியும் சூடுப;
மறுகின் ஆர்க்கவும் படுப;
பிறிதும் ஆகுப காமங்காழ்க் கொளினே

என்கிறது குறுந்தொகை.

தலைவனுக்கு காதல் முற்றிவிட்டது, அதனால், "பிறிதும் ஆகுப" அதாவது எதுவும் செய்வான்.

மடலேறுதல், விரும்பாத தலைவியை வற்புறுத்தும் வழியல்ல. அவள் ஏற்கனவே காதலில்தான் இருக்கிறாள். பனங்கருக்கின் கூர்நுனி

குத்திக்கிழித்ததில் பெருக்கெடுத்துவரும் குருதியின் மூலம் தன் காதலின் திடம் காட்டி அவளது பெற்றோரைத் திருமணத்திற்குச் சம்மதிக்கவைக்கும் முயற்சி என்று சொல்லலாம். தயவுசெய்து நீங்கள் நம்ப வேண்டும்; இன்றும் ரத்தத்தில் எழுதப்படும் கடிதங்கள் புழக்கத்தில் உள்ளன. அவை மடலேறுதலின் தொல்நினைவுகளா என்ன ?

மடலேறுதல் பெருந்திணையின்கீழ் வருகிறது. அதாவது பொருந்தாக் காமம். இது பொருந்தாக் காமம் ஆவது அதனுடைய மிதமிஞ்சிய தன்மையால்தான். அதாவது நடுத்தெருவில் நடப்பதால்தான். காதலின் அந்தரங்கத்து அழகைக் குலைத்து விடுவதால்தான். மற்றபடி மடலேறுதல் பழிக்கத்தக்கதல்ல என்பது மூதறிஞர் வ.சுப. மாணிக்கம் அவர்களின் ஆய்வு முடிவு. காதல் காதில் கிசுகிசுக்கப்படும் கிளுகிளுப்பு; மாறாக, அடித்தொண்டையில் உரக்கக் கத்தும் நாராசமல்ல என்பது நம் முன்னோர் துணிபு.

'உழந்து' என்றாலும் வருத்தமே. இங்கு அது அதீத வருத்தத்தைக் குறித்து நிற்கிறது.

ஏமம் – காவல்
வலி – வலிமையான துணை

நோனா உடம்பும் உயிரும் மடலேறும்
நாணினை நீக்கி நிறுத்து (1132)

பிரிவின் வெம்மை தாளாமல் நாணத்தை நீக்கிவிட்டு நான் மடலேறத் துணிந்தேன்.

தலைவனுக்குக் காமம் முற்றிவிட்டது. இனியும் தலைவியைப் பெறவில்லையெனில் அவன் உயிர் உடலில் தங்காது. எனவே "உடலும் உயிரும்" என்று அய்யன் எழுதுவதாகச் சொல்கிறார் அழகர்.

"நாணினை நீக்கி நிறுத்து" என்கிற சொற்றொடர் நாணத்தை விலக்கி வைப்பதல்ல, மாறாக, அதைத் தூர ஓட்டுவதின் பொருளில் தொனிக்கக் காண்கிறோம்.

நோனா – தாங்க இயலாத

நாணொடு நல்லாண்மை பண்டுடையேன் இன்றுடையேன்
காமுற்றார் ஏறும் மடல் (1321)

நாணமும் ஆண்மையும் கொண்டவனாகவே இருந்தேன் முன்பு. இன்றோ மடல்குதிரையைத் தவிர வேறு ஒன்றுமில்லை என்னிடம்.

இன்றைய அரசியல் வாசிப்புகளால் 'ஆண்மை' என்கிற சொல்லில் கொஞ்சம் அழுக்கேறிவிட்டது. ஆனால் இக்குறளில் ஆண்மை என்கிற சொல்லிற்கு அழகர் சொல்லும் பொருள் குறிப்பிடத்தகுந்தது. அதை ஆண் இனத்தின் பெருமையைப் பீற்றும் சொல்லாகச் சுருக்காமல் மொத்த மனித இனத்திற்குமான சொல்லாக மாற்றிவிடுகிறார். அழகர் சொல்கிறார் ...

ஆண்மை என்பது "ஒன்றற்கும் தளராது நிற்றல்"

பண்டு – முன்பு

காமக் கடும்புனல் உய்க்கும் நாணொடு
நல்லாண்மை என்னும் புனை   (1134)

என் காதல் துயரத்தைக் கடக்க என்னிடம் ஒரு தெப்பம் இருந்தது. அது நாணத்தாலும் ஆண்மையாலும் ஆனது. ஆனால் என்ன பயன்? அதைக் காமப் பெருவெள்ளம் அடித்துக்கொண்டு போய்விட்டதே?

புனலில் எதிர்நிற்பதே சிரமம். கடும்புனலில் என் செய்வான் தலைவன்?

சிற்றோடைக்கே சிதைந்துவிடும் நெஞ்சம் சில தலைவர்க்கு. 'ஹார்மோன் பெருக்கம்' என்று ஆறுதல் சொல்கிறது அறிவியல்.

புனல் – வெள்ளம்
புனை – தெப்பம்
உய்க்கும் – கொண்டு சேர்க்கும். இங்கு அடித்துப் போகும்

தொடலைக் குறுந்தொடி தந்தாள் மடலொடு
மாலை உழக்கும் துயர்   (1135)

மாலையில் மிகுந்தெழும் துயரத்தையும் அதனிமித்தம் மடலேறுதலையும் அவளே எனக்குத் தந்தாள்.

தொடலைக் குறுந்தொடி – மாலை போல் தோன்றும் சின்னச் சின்ன வளையல்களை அணிந்தவள்.

காதலின் துயரம் நாள் முழுக்கவே உண்டு. எனினும் மாலையில் அது மிகுந்தெழும் என்று சொல்லப்படுவதுண்டு. காமத்தை "மாலை மலரும் நோய்" என்று பாடுகிறார் அய்யன். மாலை மங்கமங்கக் காமம் கூடிவிடுகிறது. மாலையை நொந்து பாடும் சங்கப்பாடல்கள் பல உள்ளன. "நார் இல் மாலை" என்கிறாள் ஒரு குறுந்தொகைத் தலைவி. அதாவது "அன்பில்லாத மாலையாம்". அன்பில்லாத மாலை என்பது பிரிவுப் பொழுதில்

மட்டும்தான். கூடல் பொழுதிலோ விடியவே கூடாது என்று விரும்புகிறாள் தலைவி. விடியச்செய்யும் கோழியைப் பிடித்துப் பூனைக்குத் தந்துவிடுவேன் என்று மிரட்டுகிறாள். "அம்மை! பொழுது புலர்கையில் நாங்கள் கூவுகிறோமேயொழிய, நாங்கள் கூவிப் பொழுது புலர்வதில்லை" என்று தலைவியிடம் மண்டியிட்டு மன்றாடுகிறது கோழி இனம்.

உழத்தல் – வருந்துதல்

> மடலூர்தல் யாமத்தும் உள்ளுவேன் மன்ற
> படல்ஒல்லா பேதைக்கென் கண் (1136)

பேதைத்தலைவியின் பிரிவுத்துயரில் துயிலமாட்டாது விழித்துக் கிடப்பேன். எனவே இரவு முழுக்க மடலூர்தலையே எண்ணிக்கொண்டிருப்பேன்.

மடலூர்தலிலிருந்து பின்வாங்கும் பேச்சிற்கே இடமில்லை என்று தலைவன் உறுதிபடச் சொன்னது இது.

கண் படல் ஒல்லா – கண் தூக்கத்தில் படாமல்
உள்ளுதல் – நினைத்தல்

> கடலன்ன காமம் உழந்தும் மடலேறாப்
> பெண்ணின் பெருந்தக்க தில் (1137)

கடல் போன்ற காமத்தில் வருந்தித் தவித்தும், மடலேற நினையாத பெண்ணின் திண்மைக்கு இணையாகச் சொல்ல இன்னொன்று இல்லை.

ஆணிற்கு மடலேறி வர ஒரு வீதியிருக்கிறது. பெண்ணினம் சகலத்தையும் நெஞ்சிற்குள்ளேயே நிகழ்த்த வேண்டியுள்ளது. அது ஆழங்காண முடியாத இருட்குகை. அபாயகரமானதும் கூட. அதனால்தான் பெண்கள் பேசத் துவங்கும்போது நம் கலாச்சாரம் அவசரமாகச் சிறுநீர் முட்டுவதாகச் சொல்லிவிட்டுக் கழிப்பறைக்கு ஓடிவிடுகிறது. ஆற்றாமையைக் குமட்டியெடுக்க ஆணிற்கு டாஸ்மாக் இருக்கிறது. பெண் என்னென்ன செய்து ஆற்றிக்கொள்கிறாள் என்பது அவள் மட்டுமே அறிந்தது.

உழந்து – வருந்தி

> நிறையரியர் மன்அளியர் என்னாது காமம்
> மறையிறந்து மன்று படும் (1138)

சென்ற பாடல் வரையில் தலைவன் கூற்று. இனி தலைவி தன் வருத்தம் சொல்கிறாள்...

இசை

காமத்திற்கு என் மனவுறுதியைக் கண்டு அச்சமுமில்லை, பாவம் என்று இரக்கமுமில்லை. மறைவில் ஒளிந்திருக்கும் அது இப்போதெல்லாம் பொதுவில் வெளிப்படத் துவங்கிவிட்டது.

'நிறையரியர்' என்பதற்கு பல உரைகளும் 'நிறை இல்லாதவர்' என்றே பொருள் சொல்கின்றன. அழகர் 'நிறை நிரம்பியவர்' என்கிறார். எனக்கு அழகர் உரையே பிடித்திருக்கிறது. காமத்தின் முன் ஒரு உயிர் பலவிதமாகப் போராடும் காட்சி இதில்தான் விரிகிறது. இக்கவிதை முதலில் மிரட்டிப் பார்க்கிறது. பிறகு தேம்பி அழுகிறது. அச்சுறுத்தலும் அடிபணிதலும் அடுத்தடுத்து அமைந்து இக்கவிதையைப் பொலியச் செய்துவிடுகின்றன.

நிறை – மனவுறுதி, பலம், கற்பு
அளித்தல் – அருள்செய்தல், காத்தல்
மன்று – மன்றம், பொதுவெளி

அறிகிலார் எல்லாரும் என்றேஎன் காமம்
மறுகின் மறுகும் மருண்டு (1139)

இதுவரையும் ஒளிந்திருந்ததால் என் காமத்தை யாரும் அறிந்திருக்கவில்லை. இப்போதோ அது வீதிகளில் வெளிப்பட்டுத் திரிகிறது.

'மருண்டு மறுகும்' என்பதற்கு 'மயங்கித் திரியும்' என்பதாகச் சொல்கின்றன பல உரைகள். என்ன மயக்கம் என்று யாரும் பொருள் விரிக்கவில்லை. முதன்முதலில் வெளிப்படும் தயக்கமும் நாணமுமாக இருக்கக்கூடும்.

'மருண்டு மறுகும்' என்பதற்கு 'அம்பலும் அலருமாயிற்று' என்று உரை சொல்கிறார் அழகர். 'அலர்' நாம் அறிந்ததுதான். 'அம்பல்' என்பதை அலரின் குழந்தைப் பருவம் என்று சொல்லலாம். அம்பல் என்பது ஒரு சிறு கூட்டம் தங்களுக்குள் முணுமுணுத்துக் கொள்வது. பிறகு அது ஊர் முழுக்க பரவி அலராகி விடுகிறது.

மறுகு – வீதி
மருகுதல் – மயங்குதல்

யாம்கண்ணின் காண நகுப அறிவில்லார்
யாம்பட்ட தாம்படா ஆறு (1140)

என் கண் முன்பாகவே கேலிச்சிரிப்பு சிரிப்பர் சில அறிவிலிகள். அவர்களோ நான் பட்ட துயரத்தை ஒருநாளும் பட்டதில்லை.

"பட்டாத்தான் தெரியும்" என்பது நமது பேச்சு வழக்கு. "காமம் தாங்குமதி என்போர் தாம் அஃது அறியலர்" என்கிறது குறுந்தொகை. அதாவது காமம் என்றால் என்னவென்று

அறியாதவர்கள்தான் அதைத் தாங்கிக்கொள்ள முடியாதா என்ன? என்று முட்டாள்தனமாகக் கேட்பர் என்கிறது.

பட்டால் உணர்ந்துகொள்ள முடியும் என்கிறார் அய்யன். மேலும் உச்சத்தில் எழுந்து "பிறிதின் நோயைத் தன் நோய் போல் போற்ற வேண்டும்" என்கிறார். அய்யனே! மனுஷப் பொறப்புக்கு அவ்வளவு மேன்மை கூடுவதில்லை. இவர்கள் 'பிறிதின் நோயை' நோண்டாமல் இருந்தாலே போதும்.

7

அலரறிவுறுத்தல்

காதலரிடையேயான நெருக்கத்தை ஊரார் பழித்துப் பேசுதல் 'அலர் தூற்றுதல்' எனப்படும். 'அம்பல்', 'அலர்', 'கௌவை' ஆகியவை இதைக் குறிக்கும் சொற்கள். அம்பல் என்பது மெதுவாக வாயிற்குள் முணுமுணுப்பதென்றும், அலர் என்பது வெளிப்படையாகத் தூற்றுதல் என்றும் சொல்லப்படுவதுண்டு. ஊர்க்கதை பேசும் இன்பம் பொதுவான மனிதப் பண்புதான் என்றாலும் அகத்திணை இலக்கியங்களில் அது பெண்களுக்கான தாகவே சுட்டப்பட்டிருக்கிறது. 'அலர்வாய்ப் பெண்டிர்', 'தீவாய்ப் பெண்டிர்', 'நிறையப் பெண்டிர்' என்பதாகக் குறிப்பிடப்படுகிறார்கள் அவர்கள். அலர் தூற்றும் பெண்களின் அபிநயத்தை வரைந்து காட்டுகிறார் உலோச்சனார் எனும் புலவர்...

> சிலரும் பலரும் கடைக்கண் நோக்கி
> மூக்கின் உச்சி சுட்டுவிரல் சேர்த்தி
> மறுகிற் பெண்டிர் அம்பல் தூற்ற...

என்கிறது பாடல்.

தன்கதை அவலமானது. மறக்க விரும்புவது. நினைக்கக் கசப்பது. ஊர்க்கதையோ எவ்வளவு அவலமென்றாலும் சுவாரஸ்யமானது. தொட்டு நக்கச் சுவையானது.

ஊரார் அலர் தூற்றலும், காதலர் அதை எதிர்கொள்ளும் விதமும் சொல்லும் அதிகாரம் இது. முதல் ஐந்து பாடல்கள் தலைவன் கூற்று. மற்ற ஐந்து தலைவி கூற்று.

> அலரெழ ஆருயிர் நிற்கும் அதனைப்
> பலரறியார் பாக்கியத் தால் (1141)

எம்மை வருத்த வேண்டி ஊரார் அலர் தூற்றுகிறார்கள். எம் உயிரோ அவ்வலரையே பற்றிக்கொண்டு வாழ்ந்துவருகிறது. இந்த வினோதத்தை நல்லவேளையாக இவ்வூர் அறிந்திருக்க வில்லை.

"அலரெழ ஆருயிர் போகும்" என்பது ஊரார் கணக்கு. அதையே பற்றிக்கொண்டு உயிர்தரித்திருப்பது காதலின் சிறப்பு. அலருள் உள்ளதென்ன? அவனும், அவளும்தானே? அவர்தம் நினைவுகள்தானே? அந்த நினைவின் இனிப்பில் பழி மறந்து மகிழ்கிறது காதல்.

"அதனைப் பலரறியார் பாக்கியத்தால்" என்கிற வரி நமது அன்றாடத்தின் பேச்சுவழக்காகத் தொனிக்கிறது. அன்றாடத்துள் கலந்து நிற்கும் வரி இயல்பாகவே நெஞ்சுக்குள் தங்கிவிடுகிறது.

> மலரன்ன கண்ணாள் அருமை அறியாது
> அலரெமக்கு ஈந்ததிவ் வூர் (1142)

அலர்தூறும் இந்த ஊர் எனக்கு நன்மையே செய்கிறது. அது அடைய அரிதான தலைவியை நான் அடைந்து மகிழ உதவுகிறது.

அலரால் காதல் வீட்டில் வெளிப்பட்டுவிடும். அலருக்கு அஞ்சி வீட்டார் நமக்கு மணமுடித்து வைப்பர் என்கிறான் தலைவன். இப்படியாக அஞ்சியஞ்சி அரிதாக சந்தித்துக்கொண்டிருந்த காதலரை அலர் நிரந்தரமாகப் பிணைத்துவிடுகிறது.

அருமை – அரிது, கடினம்
மலரன்ன கண்ணாள் – மலர் போன்ற கண்களை உடையவள்

> உறாஅதோ ஊரறிந்த கௌவை அதனைப்
> பெறாஅது பெற்றன்ன நீர்த்து (1143)

ஊர் முழுக்க அறியுமாறு இந்த அலர் மிகுந்துவிடக் கூடாதா என்ன? அது தலைவியைப் பெறாதபோதும் பெற்றது போன்ற இன்பத்தைத் தரவல்லது.

காதல்மனம் அலருக்கு அஞ்சினாலும் அதன் அடியாழத்தில் அலர் மீதான ஏக்கமும் இருப்பதாகவே சந்தேகிக்கத் தோன்று கிறது. கல்லூரிக் கழிப்பறைகளில் காதலர் படங்களைக் கிறுக்கிவைப்பது வில்லனுடைய வேலையாகத்தான் இருக்க வேண்டுமென்பதில்லை. ஒளிந்திருந்து துப்பறிந்தால் அது நாயகனின் கைவண்ணமாக இருக்கும் 'திடீர் திருப்பத்தை'

காணமுடியும். காதலால் அடங்கி இருக்க இயலாது. அடிப்படையில் அது வெளிப்பட்டுக் கொண்டிருக்கவே விரும்புகிறது.

உறுதல் – தோன்றுதல்
மிகுதல் நீர்த்து – தண்மையானது, இனிமையானது

கவ்வையால் கவ்விது காமம் அதுவின்றேல்
தவ்வென்னும் தன்மை இழந்து (1144)

அலரால்தான் பற்றிச் செழிக்கிறது எம் காதல். அலரின்றேல் வாடிச் சுருங்கிவிடும்.

தூற்றத்தூற்றக் கெடுவதற்குப் பதிலாக வளர்வதென்பது காதலின் இயல்பு. அலர் காதலை மேலும் பலமிக்கதாக்குகிறது. அது எதிரிபோல் தோன்றும் நண்பன். வெல்ல வேண்டும் என்கிற வேட்கையையும் அதன் வழியே சக்தியையும் அளிப்பதால் ஒருவிதத்தில் எதிரியே நண்பன்.

கவ்வுதல் – பற்றுதல்
தவ்வுதல் – குறைதல், கெடுதல், சுருங்குதல்

களித்தொறும் கள்உண்டல் வேட்டற்றால் காமம்
வெளிப்படுந் தோறும் இனிது (1145)

கள்ளுண்ட களிப்பில் மேலும்மேலும் அதையே விரும்பி உண்பதுபோல, காமம் ஒவ்வொரு முறை வெளிப்படுந்தோறும் இனிக்கும்.

சின்ன இன்பத்தோடு வீடு திரும்ப யாராவது விரும்புவார்களா அய்யனே? இன்பத்திற்குப் பிறகு இன்பம், இன்பம், இன்பம் என்று அடுக்கிப் பார்க்கவே மனித மனம் விழைகிறது. அதனால்தானே 5 வது பெக், 6 வது பெக் என்று நீண்டுகொண்டே போகிறது. முகநூல் ஸ்டேடஸ்கள், இன்பாக்ஸ் இன்பங்கள், சங்கீதங்களில் நீந்துவது, குரங்காகிக் குதிப்பது, போர்னோவில் திளைப்பது, 'BarBoy'யை இம்சிப்பது, பக்கத்து டேபிளோடு கைகலப்பது என்று அதிவேகத்தில் போய் ஏதேனும் ஒரு புளியமரத்தில் முட்டிமோதி நிற்கிறது இன்பம்.

வேட்டம் – வேட்கை, விருப்பம்

கண்டது மன்னும் ஒருநாள் அலர்மன்னும்
திங்களைப் பாம்புகொண் டற்று (1146)

தலைவனைக் கண்டு நான் காதல் கொண்டதென்னவோ ஒரு நாள்தான். ஆனால் நிலவைப் பாம்பு பிடித்த கதையின் விந்தை ஊர் முழுக்கப் பரவியதுபோல அலராகி விட்டதெம் காதல்.

'சந்திரகிரகணம்' யாவர்க்கும் தெரியும்படி, உச்சிவானில் தோன்றுவதுபோல நம் காதலும் ஊர் முழுக்க அலராகிவிட்டது

ஒருநாள் எனில் ஒரே நாள் என்று கொள்ள வேண்டிய தில்லை. 'தலைவி தன் நெஞ்சத்து நிறைவின்மையால் பெற்றும் பெறாதவள் போல் இப்படி புலம்புவதாக' குறுந்தொகை உரையில் குறிப்படுகிறார் உ.வே. சா. தலைவனின் தேரை நான் பார்க்கிறேனோ இல்லையோ எனக்கு முன் ஊர் பார்த்துவிடுகிறது என நோகிறாள் ஒரு சங்கத்தலைவி.

ஊரவர் கௌவை எருவாக அன்னைசொல்
நீராக நீளும்இந் நோய் (1147)

ஊரின் தூற்றலையே எருவாகக் கொண்டு அன்னையின் ஏச்சுக்களையே நீராகக் கொண்டு நாளும் வளர்கிறது எம் காதல் நோய்.

"அலரில் தோன்றும் காமத்து மிகுதி" என்கிறது தொல்காப்பியம். அது இப்போது சடசடக்கும் தீயாகிவிட்டது, குறுக்கே எது வந்தாலும் எரித்து முன் செல்லும் தினவு பூண்டுவிட்டது.

"தடைக்கற்களை படிக்கற்களாக்கி..." என்கிற இன்றைய அலங்காரம் இக்கவிதையைப் படிக்கையில் நினைவில் எழுகிறது.

நெய்யால் எரிநுதுப்பேம் என்றற்றால் கௌவையால்
காமம் நுதுப்பேம் எனல் (1148)

நெய்யை ஊற்றித் தீயை அணைப்பது போன்ற மடமை, அலரை ஊற்றிக் காதலை அணைப்போம் என்பது.

பொதுவாக மனிதனுக்கு எதில் எது எரியும், எதில் எது அடங்கும்? என்பதில் அவ்வளவு தெளிவில்லை. அதுவும் காதல் போன்ற வினோத நோய்களின் முன் அவனது எந்த மருந்தும் வேலை செய்வதில்லை.

நுதுத்தல் – அவித்தல், அழித்தல்

அலர்நாண ஒல்வதோ அஞ்சலோம்பு என்றார்
பலர்நாண நீத்தக் கடை (1149)

இது பிரிவுக்காலத்தில் தூற்றும் ஊருக்கு தலைவியின் பதில்...

ஊர் அலருக்கு நான் ஏன் நாண வேண்டும்? ஊர் மொத்தமும் நாணும்படி "அஞ்சாதே... விரைந்து வருவேன்" என்று எம் தலைவன் உறுதி சொல்லியிருக்கையில்.

"சுறாக்கள் திரியும் பெரிய கடல்கூட சமயங்களில் தூங்கி விடும். ஆனால் அலர்ப்பெண்டிரோ அதனினும் துஞ்சார்…" என்று புலம்புகிறாள் ஒரு சங்கத்தலைவி. சுறாவின் பிளவுண்ட வாயிலும் கொடியது ஊர்வாய்.

'ஓம்புதல்' என்கிற சொல் பழந்தமிழ்க் கவிதைகளில் ஒரே சமயத்தில் 'காத்தல்' என்றும் 'விலக்கல்' என்றும் பயன்படுத்தப் பட்டிருக்கிறது. "பகுத்துண்டு பல்லுயிர் ஓம்புதல்" நாம் நன்கறிந்த ஒன்று.

நீத்தல் – பிரிதல்
ஓம்புதல் – தவிர்த்தல், விலக்குதல்

தாம்வேண்டின் நல்குவர் காதலர் யாம்வேண்டும்
கௌவை எடுக்குமிவ் வூர் (1150)

நான் விரும்பியபடியே இந்த ஊர் முழுதும் எம் காதல் அலராகிவிட்டது. இனிக் காதலர் விரும்பும் பொழுது யாம் மணமுடித்துக் கொள்வோம்.

'அன்றைய அலர்' நன்றே என்கிற செய்தி இப்பாடலில் தெளிவாக உள்ளது. அது காதலைத் திருமணத்தில் சென்று சேர்க்கிறது. அடுத்தடுத்த அதிகாரங்களில் மணவாழ்வின் காதல் காட்சிகளைக் காணப்போகிறோம். அதாவது 'கற்பியல்' துவங்குகிறது.

அலரின் நவீன வடிவே நாசமாய்ப்போன அந்த 'நாலுபேர்' ஒவ்வொரு தனிமனிதனின் வாழ்விலும் அந்த 'நாலுபேரின் நாக்கு' கூடவோ குறையவோ வினையாற்றவே செய்கிறது. அந்த நான்கு நாக்கிற்கு எவர் செவிடோ அவரே பாக்கியவான்.

இன்று நாம் மனமதிர அறியநேரும் 'சாதி ஆணவக்கொலை'களில் ஊர்வாய்க்குக் குறிப்பிடத்தக்க பங்கிருக்கிறது. அலருக்கு அஞ்சிய சங்கத்து அன்னை தன் மகளை 'சிறுகோலால் அலைந்தாள்'. இன்றைய அன்னையோ பெற்ற மகளை வெட்டிப் புதைக்கவும் சம்மதித்துவிடுகிறாள்.

8

கற்பியல்

இனிவரும் பதினெட்டு அதிகாரங்களும் கற்பியலின் கீழ் வருகிறது. அதாவது காதல் கொண்டு மணம்புரிந்த பின் நிகழும் நிகழ்ச்சிகளைப் பேசுவது. கற்புகாலப் புணர்ச்சியை 'நெஞ்சுதளை அவிழ்ந்த புணர்ச்சி' என்கிறது தொல்காப்பியம். நெஞ்சம் அச்சத்தின் தளையிலிருந்து விடுபட்டு நிகழும் நிம்மதியான புணர்ச்சி என்று இதை விளக்கலாம். ஆனால் "திருட்டு மாங்காய்க்குத் தித்திப்பு கூட" என்கிறது நம் பழமொழி. திருட்டில் ஒரு சாகஸமுண்டு. அந்தச் சாகஸமும் அதுதரும் பரவசமுமே தித்திப்பைக் கூட்டிவிடுகின்றன என்பது களவில் வல்லோர் கூற்று. காதல்பருவத்துப் புணர்ச்சி உற்சாகமிக்கதெனினும் கூடவே அகப்பட்டுவிடுவதற்கான அச்சமும் நடுக்கமும் கொண்டதுதான். மணமேடை ஏறிய பின்தான் "நிதானமாக நின்று விளையாட முடியும்" என்கிறார் தொல்காப்பியர்.

நிதானமான ஆட்டத்தில் சமயங்களில் சலிப்பேறி விடுகிறது. "காதல் ஒரே சோப்பில் குளிக்கும். இல்லறம்தான் ஆளுக்கு ஒரு சோப்பு கேட்கும்" என்பது பாதசாரியார் பொன்மொழி. திருமணத்திற்குப் பிறகு காதல் போய்விட்டதென்று தம்பதியர் சிலர் புலம்பக் கேட்டிருக்கிறோம். அது போனவழி ஆய்வுக்குரியது. சரி... நாம் குறளிற்குத் திரும்புவோம்.

கற்பியலின் முதல் அதிகாரம் 'பிரிவாற்றாமை'. தலைவி தலைவனின் பிரிவை ஆற்றமாட்டாது வருந்தும் அதிகாரம். கல்விகற்கப் பிரிவது,

தூதுவனாகப் பிரிவது, வேந்தனின் வினைமுடிக்கப் பிரிவது, பரத்தையர் பிரிவு எனப் பல பிரிவுகள் பேசப்படுகின்றன சங்கத்தில். 'பொருள்வயின் பிரிவு' நாம் நன்கறிந்தது. இன்றுவரை நம்மை விடாது வதைத்துத் கொண்டிருப்பது. 'பொருள்வயின் பிரிவு' என்கிற தலைப்பிலேயே விக்கிரமாதித்யன் எழுதிய கவிதையொன்று இங்கு நினைக்கத்தக்கது.

பிரிவாற்றாமை

செல்லாமை உண்டேல் எனக்குரை மற்றுநின்
வல்வரவு வாழ்வார்க் குரை (1151)

'செல்லமாட்டேன்' என்பதை மட்டும் எம்மிடம் சொல். மற்றதனைத்தையும் நீ திரும்புகையில் யார் உயிர் தரித்திருக்கப் போகிறார்களோ அவர்களிடமே சொல்லிக்கொள். எம்மிடம் சொல்லிப் பயனில்லை.

தலைவன் சொல்லச் சொல்லவே அது மூர்க்கமாக மறுக்கப்படும் சித்திரத்தை இக்கவிதையில் காணலாம். பிரிவு எனும் சொல்லுக்கே காதைப் பொத்தித் தரையில் அமர்ந்துவிடும் பெண் இவள். இந்த இரண்டடிக்குள் ஒரு பிணம் கால் நீட்டிப் படுத்திருக்கிறது. 'வல்வரவு' என்பது நல்வரவிற்கெதிரான நல்லதொரு சொல்லாக்கம்.

தலைவன் பிரியும் எண்ணத்தைப் பக்குவமாக முதலில் தோழியிடம்தான் சொல்வான் என்பதால் இது தலைவனது பிரிவை எதிர்த்துத் தோழி உரைத்தது என்கிறார் அழகர். தலைவி கூற்றாகக் கொண்டாலும் எதுவும் குறைவதில்லை, மாறாக, சூடு கூடுகிறது.

இவ்வதிகாரத்தில் வரும் பிற குறள்கள் யாவும் தலைவி தோழிக்கு உரைத்தது.

இன்கண் உடைத்தவர் பார்வல் பிரிவஞ்சும்
புன்கண் உடைத்தால் புணர்வு (1152)

முன்பெல்லாம் எனக்கு அவர் பார்வையேகூட இன்பம் தருவதாய் இருந்திருக்கிறது. இன்றோ அவர் புணர்ச்சியும்கூட பிரிவிற்கான குறிப்பாய் அமைந்து வாட்டுகிறது.

தலைவன் வழக்கத்திற்கு மாறாய் அதீதமாய் அன்பைப் பொழிதல், கூடுதலாய் புணர்ச்சியை விரும்புதல் போன்றவை

அவன் பிரிந்து செல்லப்போவதற்கான குறிப்பாய் அமைந்து விடுகின்றன. எனவே புணர்ச்சியும் கசந்துவிடுகிறது. ஒரு சங்கப்பாடல் இதை 'கழிபெருநல்கல்' என்கிறது. அதாவது 'மிகுதியான அன்பை நல்குவது'.

ஒரு ஆண் நெருங்கி அருகமர்ந்து, மெல்லத் தலைவருடி "மாசறு பொன்னே! வலம்புரி முத்தே!" என்று துவங்கும்போது பெண் உள்ளம் உருகிக் கண்கள் சொக்குவதற்குப் பதிலாக அதிகமாக விழித்துக்கொள்ள வேண்டும் என்பது நம் முன்னோர் முடிபு.

பார்வல் – பார்வை
புன்கண் – துன்பம்
இன்கண் – இன்பம்

அரிதரோ தேற்றம் அறிவுடையார் கண்ணும்
பிரிவோ ரிடத்துண்மை யான் (1153)

பிரிவுத்துயரை நன்கறிந்த தலைவனும் ஒருநாள் பிரிந்துதான் போவானெனில் 'பிரியேன்' என்று அவன் உரைத்த உறுதிக்கு என்னதான் பொருள்?

'அறிவுடையார்' என்பது இங்கு பிரிவின் துயரங்களை அறிந்தவர் என்றாகிறது. இவன் கொஞ்சம் விசாலமான அறிவுடையவன். அவனுக்குத் தெரிந்துவிட்டது, நாள் முழுக்கக் கிடந்தால் சப்பரமஞ்சம் சலித்துவிடுமென்று. தவிர காதலின் பரவசத்திற்கு எவ்விதத்திலும் குறைந்ததல்ல கடமை நிறைவளிக்கும் களிப்பு. "செயலாற்றி முடித்த பின்/ அறிக/ முடிந்த செயலது நன்மையென மலர்ந்த முகம்" என்கிறது தம்மபதம்.

தேற்றம் – தெளிவு, உறுதி

அளித்தஞ்சல் என்றவர் நீப்பின் தெளித்தசொல்
தேறியார்க்கு உண்டோ தவறு (1154)

"அஞ்சாதே... பிரியேன்..." என்று வாக்களித்திருந்தவர் அவ்வாக்கில் பிறழ்ந்து பிரிந்து செல்வாராயின், பிழை அவரிடமேயன்றி அவர் சொல்லை நம்பிய என்னிடமில்லை.

"அளித்தஞ்சல்" என்பது அன்பை அருளி அஞ்சாதே என்றது.

ஓம்பின் அமைந்தார் பிரிவோம்பல் மற்றவர்
நீங்கின் அரிதால் புணர்வு (1155)

என்னை அழியாது காக்க வேண்டுமாயின் தலைவனைப் பிரியாது காக்க வேண்டும். மீறிப் பிரிந்துவிட்டால் பின் சேர்வது கடினம்.

தலைவன் பிரிந்துவிட்டால் தலைவியின் உயிரும் பிரிந்து விடுமாம். பிறகெப்படி புணர்வது? என்பது அழகர் தரும் விளக்கம்.

ஓம்புதல் – காத்தல்
அமைந்தார் – காதலுக்கு அமைந்தார், தலைவர்

> பிரிவுரைக்கும் வன்கண்ணர் ஆயின் அரிதவர்
> நல்குவர் என்னும் நசை (1156)

'பிரிகிறேன்' என்று வாயெடுத்துச் சொல்லுமளவு துணிந்துவிட்ட பிறகு, அக்கொடியோன் திரும்பிவந்து நம்மை அன்பு செய்வான் என்று ஆசையோடு காத்திருப்பது வீண்.

பிரிந்துசெல்லும் போதல்ல, 'பிரியப் போகிறேன்' என்று சொல்லும்போதே தலைவன் கொடியவனாகி விடுகிறான். தலைவனின் கல்மனம் தலைவியின் தலைமேல் விழுந்து அழுத்துகிறது.

வன்கண்ணார் – கொடியவர்
நசை – ஆசை, விருப்பம்

> துறைவன் துறந்தமை தூற்றாகொல் முன்கை
> இறைஇறவா நின்ற வளை (1157)

தலைவன் நம்மைத் துறந்து சென்றதைத் தூற்றாமல் விடுமோ மணிக்கட்டிலிருந்து கழன்றுவிழும் என் வளைகள்?

தலைவனின் பிரிவை அறிவித்த தோழிக்குத் தலைவியின் பதில் இது என்கிறார் அழகர். நீ வந்துசொல்லும் முன்பே நெகிழ்ந்து விழுந்த என் வளைகள் சொல்லிவிட்டன என்கிறாள் தலைவி. எனில் இது வள்ளுவரின் மாந்த்ரீக எழுத்து... பிரிவைக் கண்டு வளை நெகிழவில்லை வளை நெகிழ்ந்ததைக் கண்டு தலைவன் பிரிந்துவிட்டான் என்பதை அறிந்துகொள்கிறாள்.

'துறந்தமை' என்கிற சொல்லைக் கொஞ்சமாக இறந்த காலத்திற்கு நகர்த்துவதன் மூலம் இந்தக் குறளையே ஒரு மாயாஜாலக் காட்சிபோல் மாற்றிவிடுகிறார் அழகர். அய்யனின் குறளும் அதற்கு ஏதுவாகவே உள்ளது.

இறை – மணிக்கட்டு

> இன்னாது இனன்இல்ஊர் வாழ்தல் அதனினும்
> இன்னாது இனியார்ப் பிரிவு (1158)

பிரிந்துசென்ற தலைவனையும், அச்செய்தியைக் கொண்டு வரும் தோழியையும் ஒருசேரக் கடிந்து தலைவி உரைத்தது இது. ஆனால் பொதுவாகச் சொல்வதுபோலச் சொல்கிறாள்...

மாலை மலரும் நோய்

நமது துயரத்தைப் போக்கவல்ல உறவுகள் இல்லாத ஊரில் வாழ்வது கொடிது. அதனினும் கொடிது நமக்கு இனியர் நம்மைப் பிரிந்துசெல்வது.

இரண்டாவது பகுதி தலைவரைக் கடிந்தது என்பது தெளிவு. முதற்பகுதி தோழிக்கானது. அவள் தலைவனின் பிரிவைத் தடுத்து நிறுத்தவில்லையல்லவா? எனவே "நீ தோழியே இல்லை..." என்று சொல்லிவிடுகிறாள் தலைவி.

கெட்ட செய்திகளுக்கும், அதைக் கொண்டுவருபவர் களுக்கும் சமயங்களில் யாதொரு தொடர்பும் இருப்பதில்லை. ஆனால் ஒரு துர்நினைவின் முகமாக அவர்களது முகம் காலத்திற்கும் நம்முள் படிந்துவிடுகிறது.

இனன் – இனம், உறவு
இல்ஊர் – இல்லாத ஊர்

தொடிற்சுடின் அல்லது காமநோய் போல
விடிற்சுடல் ஆற்றுமோ தீ (1159)

தொட்டால் சுடுவதன்றி, காமம்போல் விட்டால் சுடுமளவு கொடியதல்ல தீ.

தீ தன்னை நெருங்கியவரைத்தான் சுடுகிறது. காமமோ தன்னை விட்டுப் பிரிவோரை வருத்தும் விநோதமானது. பிரியப்பிரிய வருத்தம் கூடுகிறது. தீ சடசடக்கிறது. "குறுகுங்கால் தண்ணென்னும் தீ" என்று முன்பும் சொல்லியிருக்கிறார் அய்யன்.

காமத்திற்கும் அக்கினிக்கும் அவ்வளவு பொருத்தம் 'செம்புலப் பெயல்நீர் போல', 'காமாக்னி' என்கிற சொல்லாக்கத்தை முதன்முதலில் வாசித்தபோது அடைந்த கிளர்ச்சியை மறைக்க விரும்பவில்லை. அந்தப்பெயர் தாங்கிநின்ற சினிமா போஸ்டருக்கு அந்தப் பெயரே போதுமானதாக இருந்தது. படங்கள் ஏதும் அவசியப்படவில்லை. எங்கள் ஊர் G.B. டீலக்ஸில் இரண்டு வாரங்களைக் கடந்து வெற்றிகரமாக ஓடியது.

காமத்தைத் தீயொடு ஒப்பிடுவது பொது வழக்கம். அய்யனோ காமம் தீயினும் தீயது என்கிறார்.

அரிதாற்றி அல்லல்நோய் நீக்கிப் பிரிவாற்றிப்
பின்இருந்து வாழ்வார் பலர் (1160)

பிரிவின் அல்லல்களைப் பொறுத்துக்கொண்டு உயிர்வாழும் மகளிர் பலரும் இவ்வுலகில் இருக்கவே செய்கிறார்கள்.

நான் அவர்களுள் ஒருத்தியல்ல என்பது குறிப்பு. அது கவிதைக்குள் ஒளிந்திருக்கிறது.

இடைநில்லா இசைக்குறிப்புப்போல் வழுக்கிச் செல்கிறது இக்கவிதை. அதன் ஆக்ரோஷம் நம்மை அச்சுறுத்துகிறது.

அழகர் முதல்வரியைப் பிரியும்போது நேரும் கொடுந்துயர் என்றும், இரண்டாம் வரியைப் பிரிவை ஆற்றமாட்டாது வருந்தும் துயர் என்றும் இரண்டாகப் பிரித்துவிடுகிறார். அவரைப் பின்பற்றி வேறுபல உரையாசிரியர்களும் அப்படியே சொல்லியிருக்கிறார்கள்.

அதிகாரத்தின் முதல்பாடலில் காதுகளைப் பொத்திக் கொண்ட தலைவி இன்னமும் எடுக்கவில்லை. அப்போது சொன்னதைத்தான் அவள் இப்போதும் சொல்கிறாள். ஊஞ்சலொன்று ஆடுகிறது மரணத்திலிருந்து மரணத்திற்கு.

9

படர்மெலிந்திரங்கல்

படர் எனில் துயரம். பிரிவுத்துயரால் தலைவி மெலிந்து வருந்தும் பாடல்களைக் கொண்ட அதிகாரம் இது.

> மறைப்பேன்மன் யான்இஃதோ நோயை
> இறைப்பவர்க்கு
> ஊற்றுநீர் போல மிகும்
> (1161)

நான் இந்நோயை மறைக்கவே விரும்புகிறேன். ஆனால் அதுவோ ஊற்று நீர் போல பெருகிக் கொண்டேயிருக்கிறது.

காதலர்தான் காதலை வீட்டுக்கு அழைத்து வருகிறார்கள். பிறகு அதுவே அவர்களை ஆள்கிறது. சொல்பேச்சு கேளாத அடங்காப்பிடாரி அது.

> கரத்தலும் ஆற்றேன் இந்நோயை
> நோய்செய்தார்க்கு
> உரைத்தலும் நாணுத் தரும்
> (1162)

மறைக்கவும் கூடவில்லை இந்நோயை. நோய் செய்தவரிடம் சொல்லி விடலாமென்றால் அதற்கும் விடாது தடுக்கிறது என் நாணம்.

அழகர் இந்த உரைத்தலைத் தூதாகப் பார்க்கிறார். என்ன நாணம் என்பதற்கு அவர் ஒரு

இசை

விளக்கம் தருகிறார். சென்ற அதிகாரம் முழுக்கவே நீ நகர்ந்தால் செத்துவிடுவேன் என்று மிரட்டிக் கொண்டிருந்தவள் அல்லவா? இப்போது நோயின் கடுமை சொல்லித் தூதுவிட்டால் என்ன அர்த்தம்? இன்னும் உயிரோடிருப்பதாகத்தானே அர்த்தம்? அதற்குத்தான் நாணுகிறாளாம் தலைவி. மிகை போலத் தோன்றினாலும் அதிகார முறைமைக்குள் வைத்து நோக்குகையில் இந்தப் பார்வையை முற்றாகப் புறம்தள்ள இயலவில்லை.

ஒரு குறளை அதிகாரத்தின் பிடியிலிருந்து விடுவித்து அதை ஒரு தனிக்கவிதையாக்கி வாசிப்பது கூடுதல் இன்பம் பயப்பது. இந்தக் கவிதையைக் கற்பியலிலிருந்தும், படர் மெலிந்திரங்கலில் இருந்தும் வெளியே எடுத்து விட்டால், இரண்டு புத்தம்புது காதலர்கள் தங்கள் காதலை ஒளித்துக் கொண்டும், அதைச் சொல்லத் தவித்துக் கொண்டும் தளும்பி நிற்கும் அந்த சௌந்தர்ய கணங்களுக்குச் சென்று சேர்ந்து விடுகிறது. ஒரு புதிய கவிதை பிறந்து விடுகிறது.

கரத்தல் – மறைத்தல்

காமமும் நாணும் உயிர்காவாத் தூங்குமென்
நோனா உடம்பின் அகத்து   (1163)

துயர் பொறுக்காது வருந்தும் என் உடம்பினிடத்தே உயிர் ஒரு காவடித் தண்டாக நீண்டிருக்கிறது. அதன் ஒரு புறத்து காமமும், மறுபுறத்து நாணமும் தொங்கிக் கொண்டுள்ளன.

உயிரின் ஒரு புறம் காமமும் மறுபுறம் அக்காமத்தை சொல்ல விடாத நாணமும் சம அளவில் பிடித்துத் தொங்குகின்றன. "தூங்கும்" என்பதை ஒத்தஅளவு எடை கொண்டதாக விரிக்கிறார் அழகர். அதாவது ஒன்றுக்கொன்று சளைக்காதவை.

இருவர் தங்கள் கைகளால் பலம் போடுவது போல தலைவியின் உயிரைக் கொண்டு மோதுகின்றன இரண்டும்.

காவா – காவடித்தண்டு
நோனா – பொறுக்க இயலாத

காமக் கடல்மன்னும் உண்டே அதுநீந்தும்
ஏமப் புணைமன்னும் இல்   (1164)

காமம் கடல்போல் பெருகிக்கொண்டே கிடக்கிறது. அதைக் கடக்கவல்ல தெப்பம்தான் இல்லவே இல்லை.

காமம் தீரவே தீராதது என்பதும் புணைகள் போதவே போதாதென்பதும் நவீன வாழ்வின் சித்திரம். விதவிதமான

புணைகள் இருந்தும் காமத்தின் பெயரால் சிந்தப்படும் இரத்தம் நின்றபாடில்லை இன்னும்.

காமத்தில் உருண்டுகொண்டிருந்த திரையரங்குகளை இடித்துத் தள்ளிவிட்டு நம் கைகளுக்குள் வந்துசேர்ந்தது ஆண்ட்ராய்ட் எனும் புணை. ஆயினும் கேட்டதும் கிடைப்பதில் இன்பம் பன்மடங்கு குறைந்துதான் விட்டது.

ஏமம் – காவல், துணை
புணை – தெப்பம்

> துப்பின் எவனாவர் மன்கொல் துயர்வரவு
> நட்பினுள் ஆற்று பவர் (1165)

அன்பிலேயே பிரிவுத்துயர் தந்து இப்படி வருத்துபவர் பகையுமாகிவிட்டால் எவ்வளவு கொடுமைகள் செய்யமாட்டார்?

துப்பு – பகை

> இன்பம் கடல்மற்றுக் காமம் அஃதடுங்கால்
> துன்பம் அதனிற் பெரிது (1166)

காதல் இன்பம் கடல் போன்றது. பிரியுங்கால் அதுதரும் துன்பமோ அதனினும் பெரியது.

எவ்வளவுக்கு எவ்வளவு இன்பமோ அவ்வளவுக்கவ்வளவு துன்பம் என்றில்லை. அதைவிடப் பன்மடங்கு துயரம் என்கிறார்.

இன்பம் வந்ததும் தெரியாமல், சென்றதும் தெரியாமல் மறைந்து விடுவது. துன்பமோ அழிக்கஅழிக்கப் பெருகிக்கொண்டேயிருப்பது.

அடுதல் – சுடுதல், இங்கு பிரிதல்

> காமக் கடும்புனல் நீந்திக் கரைகாணேன்
> யாமத்தும் யானே உளேன் (1167)

காமம் கடும்புனலெனப் பெருக்கெடுத்து வருகிறது. நள்ளிரவில் தனியாக விழித்துக்கிடக்கும் நான் அதை எப்படித்தான் கடப்பேன்?

"யாமத்தும் யானே உளேன்" என்பதில் 'யானே' என்கிற ஏகாரம் தலைவியின் தன்னந்தனிமையைத் துல்லியமாகச் சுட்டிவிடுகிறது. பிரிவில் நீளும் இரவைச் சபித்துப் பாடும் பழந்தமிழ்ப்பாடல்கள் பலவுண்டு. "இரவிதான் செத்தானோ இல்லையோ?" என்று பகலையும் சபிக்கிறாள் ஒருத்தி.

'ஒற்று' வெறும் இலக்கணமல்ல என்று எனக்கு அடிக்கடி தோன்றுவதுண்டு. 'காமக்கடும்புனல்' என்கிற சொற்றொடரில்

வரும் ஒற்று துளையிடும் ராட்சத இயந்திரம்போல் நம் நெஞ்சத்துள் இறங்குகிறது.

யாமம் – இரவு
புனல் – வெள்ளம்

> **மன்னுயிர் எல்லாம் துயிற்றி அளித்திரா**
> **என்அல்லது இல்லை துணை** (1168)

இந்த இரவு இரங்கத்தக்கது. உலகத்து உயிர்களையெல்லாம் துயிலச் செய்துவிட்டு தான்மட்டும் தனித்திருக்கிறது. இதற்கு என்னையும்விட்டால் வேறு துணையில்லை.

பகல் பரபரப்பும் கூச்சலுமாக இயக்கத்தில் இருக்கிறது. இரவில் நிசப்தம் வருகிறது. ஓய்வு வருகிறது. சோர்வும் உறக்கமும் வருகிறது. காதலர்க்கோ மொத்தக் காதலும் திரண்டுவருகிறது. காதலுக்கு ஆயிரம் கண்கள். அத்தனை கண்களும் விழித்துக் கொள்கின்றன.

அளித்திரா – இரா அளித்து, இரவு இரங்கத்தக்கது
துயிற்றி – துயிலச் செய்து

> **கொடியார் கொடுமையின் தாம்கொடிய இந்நாள்**
> **நெடிய கழியும் இரா** (1169)

பிரிவுத்துயரால் நீண்டுகொண்டே செல்லும் இவ்விரவு கொடிய தலைவனைக் காட்டிலும் கொடியது.

புருஷனுக்குப் பதிலாக பூனையை உதைப்பது நம் இல்லத்தரசிகளின் வழக்கம். அதிலும் இந்தத் தலைவி மொத்தத்தையும் பூனைமீதே காட்டிவிடுகிறாள். அலறி அந்தரத்திற் பறந்து வெகு தொலைவில் சென்றுவிழுகிறது இந்த இரவுப்பூனை.

> **உள்ளம்போன்று உள்வழிச் செல்கிற்பின் வெள்ளநீர்**
> **நீந்தல மன்னோஎன் கண்** (1170)

உள்ளம் போன்று காதலர் செல்லும் இடமெல்லாம் சென்று விட முடியுமானால் என் கண்கள் இப்படி வெள்ளநீரில் நீந்த வேண்டியதில்லை.

கண்களால் வீதியைத் தாண்ட முடிவதில்லை. நெஞ்சத்தால் தலைவன் எங்கெங்கு செல்கிறானோ அங்கெல்லாம் செல்ல முடியுமல்லவா?

உள்வழி – காதலர் உள்ள இடம்

10

கண்விதுப்பு அழிதல்

விதுப்பு எனில் விருப்பம், வேட்கை, விரைவு என்று பொருள் கொள்ளலாம். தலைவனைக் காண விரும்பும் கண்கள் அவனைக் காணாது வருந்தும் பாடல்களைக் கொண்ட அதிகாரம் இது. "கண் விதுப்பழிவதாவது கண் தன் விரைவினால் அழிந்தமை" என்கிறது மணக்குடவர் உரை. இதுவும் பொருத்தமே.

> கண்தாம் கலுழ்வது எவன்கொலோ தண்டாநோய்
> தாம்காட்ட யாங்கண் டது (1171)

இந்தக் கண்கள்தான் தலைவனை எனக்குக் காட்டித் தணிக்க இயலாத காதல் நோயைத் தந்தன. இன்றோ தானும் கிடந்து அழுகின்றன.

நீதானே ஓடோடிச்சென்று அவனைக் கண்டது. இன்று நீயே கிடந்து அழு என்கிறாள் தலைவி. 'தாம்காட்ட யாங் கண்டது' என்பதில் இன்று என்னைக் காட்டச்சொல்லி அழுவது முறையோ என்பது ஒளிந்துள்ளது.

கலுழுதல் – கலங்குதல், அழுதல்

> தெரிந்துணரா நோக்கிய உண்கண் பரிந்துணராப்
> பைதல் உழப்பது எவன் (1172)

ஆராய்ந்தறியாது அன்று தலைவனைக் கண்டுகளித்த கண்கள், இன்று பொறுக்கமாட்டாது வருந்தி உழல்வதுதான் என்ன?

காதல் வந்தால் பிரிவும் வரும் என்று தெரிவதில்லை கண்களுக்கு. 'தெரிந்து உணரும்' அளவுக்கு நிதானம் இருந்தால், அவ்வளவு யோசிக்க புத்தி தன் வசம் இருந்தால் காதல் ஏன் வரப்போகிறது அய்யனே?

கண் மறைந்ததால் காதல் வந்ததா? காதல் வந்ததால் கண் மறைந்ததா?

பைதல் – துயரம்
உழத்தல் – வருந்துதல்

கதுமெனத் தாம்நோக்கித் தாமே கலுழும்
இதுநகத் தக்க துடைத்து (1173)

இந்தக் கண்கள்தான் தலைவனை ஓடோடிச்சென்று கண்டு இன்புற்றது. இன்று இதுவேதான் அவனைக் காணாது அழுது வடிகின்றது. இது நகைக்கத்தக்கது.

அழகர் இந்தச் செயலை 'கழிமடச் செய்கை' என்கிறார். அதாவது 'பெரிய முட்டாள்த்தனம்'. காதலில் முட்டாள்த்தனம் கூடக்கூடத்தானே இன்பமும் கூடுகிறது.

'கழிமடச்செய்கை' காதலை மட்டுமல்ல சமயங்களில் கவிதையையும் பொலியச் செய்வது. இங்கு அது இரண்டையும் சேர்த்து அணி செய்கிறது. அதுதான் தலைவியையும், அவள் கண்களையும் வேறு வேறாக்கியும், பகைவர்களாக்கியும் விளையாடுகிறது.

கதுமென – விரைவாக

பெயலாற்றா நீருலந்த உண்கண் உயலாற்றா
உய்வில்நோய் என்கண் நிறுத்து (1174)

உய்யமுடியாதபடிக்குக் காதல் நோயை எனக்களித்து வருத்திய கண்கள் இன்று அழுவதற்குக் கண்ணீரும் அற்று வருந்துகின்றன.

முற்பகல் செயின் பிற்பகல் விளையும் என்கிறாள் தலைவி

நிறுத்து – அவனில் நிலைபெறச் செய்தமை
பெயல் – மழை, இங்கு கண்ணீர்

படலாற்றா பைதல் உழக்கும் கடலாற்றாக்
காமநோய் செய்தவென் கண் (1175)

முன்பு கடலைக்காட்டிலும் அதிகமான காமநோயை அளித்து வருத்திய கண்கள் இன்று தானும் துயிலாது துன்பத்தில் உழல்கின்றன.

படல் என்பது இங்கு இமைகள் கண்களில் படுவது. அதாவது உறங்குவது.

பைதல் – துன்பம்

ஓஓ இனிதே எமக்கிந்நோய் செய்தகண்
தாஅம் இதற்பட் டது (1176)

மகிழ்ச்சி! எனக்குக் காதல் நோய் செய்து வருத்திய கண்கள் இப்போது தானும் துயிலாது வருந்துகிறதே... மகிழ்ச்சி! மகிழ்ச்சி!

"நல்லா வேணும்" என்கிறாள் தலைவி. இந்தக்குரல் முந்தைய பாடல்களில் கொஞ்சம் ஒடுங்கி ஒலித்தது. இதில் 'ஆனந்தக் கூச்சல்' போல் வெளிப்பட்டுவிட்டது.

உழந்துழந்து உள்நீர் அறுக விழைந்திழைந்து
வேண்டி அவர்க்கண்ட கண் (1177)

விழைந்து, இழைந்து அவரைக் கண்டுகண்டு களித்த அதே கண்கள்தான், இன்று உழந்துழந்து கண்ணீரும் அறுகத் துயரத்தில் வாடுகிறது.

"உழந்துழந்து உள்நீர் அறுக" என்பதை எப்படிச் சொல்வேன் அய்யனே? "உழந்துழந்து உள்நீர் அறுக" என்றுதான் சொல்ல வேண்டும். "விழைந்திழைந்து வேண்டி அவர்க் கண்ட கண்" என்பதை மட்டும் எப்படிச் சொல்வேன்? அதையும் அப்படியே சொன்னால்தான் அழகு. அப்படியே சொன்னால்தான் கவிதை. ஆனாலும் ஒரு உரையாசிரியனுக்கு எதையாவது உளறிவைக்கும் கடப்பாடு இருக்கிறதல்லவா?

உள்நீர் – இங்கு கண்ணீர்
உழத்தல் – வருந்துதல்

பேணாது பெட்டார் உளர்மன்னோ மற்றவர்க்
காணாது அமைவில கண் (1178)

தம்மை விரும்பாத ஒருவரைத் தாம் வலிந்துசென்று விரும்பி வருந்தும் மனிதரும் இந்த உலகில் இருக்கவே செய்கிறார்கள். இதோ தலைவனைக் காணாது அமையமாட்டேன் என்கிறதே என் கண்கள்.

'பேணாது பெட்டார்' என்பதற்கு நெஞ்சத்தால் விரும்பாது சொல்லால் மாத்திரம் விரும்புதல் என்கிறது அழகர் உரை. என்னால் அதில் உடன்பட இயலவில்லை.

வாராக்கால் துஞ்சா வரின்துஞ்சா ஆயிடை
ஆரஞர் உற்றன கண் (1179)

அவர் பிரிந்திருக்கும் காலத்தில் வரவு பார்த்துத்துஞ்சா. சேர்ந்திருக்கும் காலத்திலோ பிரிவஞ்சித்துஞ்சா. இப்படி இரு விதத்திலும் துயிலாது துயருரும் என் கண்கள்.

'வரின் துஞ்சா' என்பதை 'பிரிவச்சம்' என்கிறார் அழகர். எனக்கென்னவோ 'ஓயாத புணர்வின்பம்' என்றே படுகிறது. "வந்துவிட்டாலும் பிறகு தூங்குவதில்லை" என்று நாசூக்காகக் கடந்துசெல்கிறது கலைஞர் உரை.

அஞர் – துயரம்
ஆரஞர் – ஆற்றற்கரிய துயரம்

மறைபெறல் ஊரார்க்கு அரிதன்றால் எம்போல்
அறைபறை கண்ணார் அகத்து (1180)

என் நெஞ்சத்துள் ஒளித்துள்ளதை ஊரார் அறிந்துகொள்வது அப்படியொன்றும் அரிதானதல்ல. என் கண்கள்தான் காதலைப் பறை அறைந்து அறிவித்து விடுகின்றனவே?

'அறைபறை' என்கிற சொற்சேர்க்கை கச்சிதமானது. வசீகரமானது. "அறைபறை அன்னர் கயவர்" என்கிறார் இன்னொரு குறளில். ஒளிக்கவேண்டிய ரகசியங்களை ஓடோடிச்சென்று ஓதுபவர்களை 'தமுக்கு' என்று கடிகிறார். இங்கு கண்ணும் கயவர்தான் அதுவும் காதலைக் கொட்டிக்கொட்டி முழக்கி விடுகிறதே?

பழியைத் தூக்கி வேறு யார் தலை மீதாவது போட்டு விடுவது பொதுமனித இயல்பு. அப்போதுதான் மனம் ஆறும். தலைவியர் மாலைப் பொழுது, கார்காலம் எனப் பலவற்றின் மீதும் போடுவதில் சமர்த்தர். இந்த அதிகாரத்தின் தலைவி தன்மீதே போட்டுக்கொள்கிறாள். பிறகெப்படி மனம் ஆறும்? அதனால்தான் தன்னையும் தன் தலையையும் வேறுவேறாக்கிவிடுகிறாள். மொத்தப் பழியையும் கண்களின்மீது கொட்டிவிடுகிறாள்.

கண்களை ஆரோக்கியமாக வைத்துக்கொள்
கண்ணே
சகல நோய்க்கும் காரணம்

என்கிறது சுகுமாரனின் கவிதை வரியொன்று.

11

பசப்புறு பருவரல்

'பருவரல்' என்றாலும் துயரம்தான். அதாவது பசலை நேர்வதால் உண்டாகும் துயரத்தைப் பாடும் பாடல்கள் அடங்கிய அதிகாரம். 'பசப்பாவது, பிரிவாற்றாமையான் வருவதோர் நிற வேறுபாடு' என்கிறார் அழகர். 'அழகுத்தேமல்' என்றும் 'பொன்னிறம்' என்றும் பொருள் சொல்கின்றன அகராதிகள். 'திதலை' என்பதைத் தேமல் என்று பொருள் கொள்வதாகாது அது காதலால், காம உவகையால் நேரும் நிற வேறுபாடு என்கிறது ஜெயமோகனின் 'திதலையும் பசலையும்' என்கிற கட்டுரை. அதாவது திதலை ஒழிந்துதான் பசலை படர்கிறது என்கிறது அக்கட்டுரை. பசலைபற்றி அதிகம் ஆய்வு செய்ய விரும்புவோர் அதை வாசித்துக் கொள்ளவும்.

நயந்தவர்க்கு நல்காமை நேர்ந்தேன் பசந்தவென்
பண்பியார்க்கு உரைக்கோ பிற (1181)

பிரிவை விரும்பிய தலைவனிடம் சரி என்று சம்மதித்துவிட்டேன். சம்மதித்த பிறகு இப்படி உடலெங்கும் பசலை ஏறுவதை யாரிடம் போய்ச் சொல்ல முடியும்?

'நல்காமை' என்பது அன்பு செய்யாது பிரிந்து செல்வது.

அவள் தலையாட்டிப் பொறுத்துக்கொள்வேன் என்று சொல்லிவிட்டாள். அவள் உடலோ பொறுக்க இயலாது போ என்று அடம்பிடிக்கிறது.

> அவர்தந்தார் என்னும் தகையால் இவர்தந்தென்
> மேனிமேல் ஊரும் பசப்பு (1182)

அவர் தந்தது என்கிற பெருமிதம் பொங்க இப்பசலை என் மேனிமேல் செறிந்து ஊர்ந்துசெல்கிறது.

'இவர்தல்' என்கிற சொல்லிற்கு விரும்புதல், எழுதல், செறிதல், பாய்தல் போன்று பல பொருள்கள் சொல்கிறது அகராதி.

நான் சொன்னால் நீங்குமா என்ன? அது தலைவன் தந்தது என்கிற திமிரில் என் மேனிமேல் திரிகிறது. இதன் கொட்டத்தை அடக்க அவன்தான் வர வேண்டும்.

> சாயலும் நாணும் அவர்கொண்டார் கைம்மாறா
> நோயும் பசலையும் தந்து (1183)

நோயையும் பசலையையும் எனக்குத் தந்துவிட்டு என் நாணத்தையும் அழகையும் அவன் எடுத்துக்கொண்டு போய்விட்டான்.

அவள் நலன்களை கவர்ந்து கொண்டதோடு நில்லாமல் துயரங்களையும் கையளித்துப் போயிருக்கிறான் தலைவன்.

காதலை நாணத்தால் காக்க வேண்டியது தலைவியின் கடமை. இங்கோ அந்த நாணத்தைப் பசலை வென்றுவிட்டது. அவள் காதலையும் பிரிவையும் அது ஊர் முழுக்கச் சொல்லி விடுகிறது.

மயில்போலும் சாயலும், உயிர்போலும் நாணமும் என்கிறது ஓர் உரை.

இக்கவிதையின் அடுக்கில், அதன் அழகில் ஒரு தேம்புதல் கேட்கிறது. அது நம் நெஞ்சத்தைச் சிதைக்கிறது.

> உள்ளுவன் மன்யான் உரைப்பது அவர்திறமால்
> கள்ளம் பிறவோ பசப்பு (1184)

நினைப்பதெல்லாம் அவனையே. உரைப்பதெல்லாம் அவன் சிறப்பையே. இப்படி அவனோடே இருக்க இருக்கக் கள்ளத்தனமாக இந்தப் பசலை ஏறிவந்தது எப்படி?

ஒரு மனிதன் ஸ்தூலமாக இருப்பதற்கும், நினைவாக இருப்பதற்கும் என்ன வித்தியாசம்? சமயங்களில் நினைவாக இருப்பதே நல்லது அம்மணி. நினைவை நமக்குத் தக்கபடி புனைந்து கொள்ளலாம். பாவம் ஒரு ஸ்தூலமான மனிதனால் ஒவ்வொரு முறையும் நினைவின் இன்பம்போல் இனிக்க முடிவதில்லை.

உள்ளுதல் – நினைத்தல்
திறம் – சிறப்பு

உவக்காண்எம் காதலர் செல்வார் இவக்காண்என்
மேனி பசப்பூர் வது   (1185)

அதோ அங்கே என் காதலர் பிரிந்து செல்வதைப் பார். இதோ இங்கே என்னில் பசலை ஏறி வருவதைப் பார்.

பிரிவைப் பொறுத்திருந்து தாளமாட்டாது அல்ல, பிரியப் பிரியவே பசலை பூத்துவிடுகிறது தலைவிக்கு. அவ்வளவு அன்பாம்! அவ்வளவு காதலாம்!

நமது காலத்துச் சினிமாவில் "என் பொண்டாட்டி ஊருக்கு போயிட்டா!" என்று தலைவன் துள்ளிக்குதித்து ஆனந்தக் கூத்தாடும் காட்சி பிரசித்தமான ஒன்று. "என் புருஷன் ஊருக்குப் போயிட்டான்!" என்று தலைவி குதித்தாடும் காட்சிகளும் உண்டு. ஆனால் அவை நமக்குக் காட்டப்படுவதில்லை. அதையும் காட்டிவிட்டால் நமது குடும்பம் எனும் கோவில் ஆயிரம் சுக்காக உடைந்துவிடாதா என்ன?

விளக்கற்றம் பார்க்கும் இருளேபோல் கொண்கன்
முயக்கற்றம் பார்க்கும் பசப்பு   (1186)

இருள் பார்த்திருக்கிறது எப்போது விளக்கு அணையுமென்று. பசப்பும் பதுங்கியிருக்கிறது எப்போது முயக்கம் தீருமென்று.

விளக்கு அணைந்ததும் சாவகாசமாக இருள் படர்வதில்லை. அதற்காகவே காத்திருந்தது போல அடுத்த கணமே சூழ்ந்து கொள்கிறதல்லவா? அதுபோலே தலைவன் முயக்கம் தீரும் கணத்திற்காகப் பார்த்திருக்கிறதாம் பசப்பு.

"கொண்கன் முயக்கத்தின் மெலிவு பார்த்து நெருங்கி வரும் பசப்பு" என்பதாக எழுதுகிறார் அழகர். நச்சரவம் ஒன்று தன் இரை நோக்கி ஊர்ந்து வரும் காட்சியாக என்னுள் விரிகிறது இது. பாம்பு தன் இரைக்கு அருகில் காலம் பார்த்துக் காத்திருப்பதுபோலப் பசப்பும் பதுங்கியிருக்கிறது.

இசை

> காதலர்
> தொடுவழித் தொடுவழி நீங்கி
> விடுவழி விடுவழிப் பரத்த லானே

என்கிறது ஒரு குறுந்தொகைப் பாடல். அதாவது காதலன் தொட்டுக் கொண்டிருக்கும்போது நீங்கியிருக்குமாம். விட்ட மறுகணத்தில் வந்து பற்றிக்கொள்ளுமாம் பசப்பு.

அற்றம் – மெலிவு, சோர்வு, அழிவு
கொண்கன் – தலைவன்

> புல்லிக் கிடந்தேன் புடைபெயர்ந்தேன் அவ்வளவில்
> அள்ளிக்கொள் வற்றே பசப்பு   (1187)

தலைவனைத் தழுவிக்கிடந்த நான் கொஞ்சமாக அவனை நீங்கி இடம்பெயர்ந்தேன். அதற்கே பசலை வந்து என்னை அள்ளிக்கொண்டுவிட்டது.

தலைவி அவனை நீங்கி எங்கேயும் சென்றுவிடவில்லை. கொஞ்சமாகத் தள்ளிப் படுத்திருக்கிறாள். அதற்கே பசலை பூத்துவிட்டதாம். தலைவி இதை முன்பொருநாள் நடந்த நிகழ்ச்சியாகச் சொல்லி இப்போது இவ்வளவு நெடிய பிரிவை நான் எப்படிப் பொறுத்திருப்பேன் என்று கண்ணீர் வடிக்கிறாள் தோழியிடம்.

புல்லுதல் – தழுவுதல்
புடை – பக்கம், இடம்

> பசந்தாள் இவள்என்பது அல்லால் இவளைத்
> துறந்தார் அவர்என்பார் இல்   (1188)

இவள் பசந்துவிட்டாள் என்று சொல்ல இங்கு ஆளுண்டே தவிர, அவர் பிரிந்துவிட்டார் என்று சொல்ல ஒருவருமில்லை.

எல்லாப் பழியையும் என் மேலேயே போடாமல் அவரைக் கேளுங்கள் என்கிறாள்.

> பசக்கமன் பட்டாங்கென் மேனி நயப்பித்தார்
> நன்னிலையர் ஆவர் எனின்   (1189)

தந்திரமாகப் பேசி என்னை இப்பிரிவிற்குச் சம்மதிக்கச் செய்துவிட்டுப் பிரிந்துசென்ற தலைவன்தான் நல்லவர் என்றால் என் மேனி பசந்தே கிடக்கட்டும்!

மாலை மலரும் நோய்

இக்குறளிற்குப் பலவிதமான உரைகள் காணக்கிடைக்கின்றன. நீங்களும் ஒரு உரையை யோசித்துப் பார்க்கலாம்.

நயத்தல் – விரும்புதல்
நயப்பித்தல் – விரும்பவைத்தல்

பசப்பெனப் பேர்பெறுதல் நன்றே நயப்பித்தார்
நல்காமை தூற்றார் எனின்   (1190)

இந்தப் பிரிவிற்காய்த் தலைவனை இரக்கமில்லாதவன் என்று ஊரார் பழிக்கமாட்டார்கள் என்றால், இப்படிப் பசப்பதும் நன்றே.

தலைவனை அவள் எவ்வளவும் தூற்றலாம். ஆனால் ஊர் தூற்ற அனுமதிப்பதில்லை தலைவி. பசலையையும் தாங்கிக்கொள்கிறேன். ஆனால் தலைவனை ஊரார் பழிப்பதைத் தாங்க இயலாது என்கிறாள்.

கணவன் மனைவி சச்சரவிற்குள் மூன்றாம் நபர் மூக்கை நுழைக்கக் கூடாது என்பது இன்றுவரை சொல்லப்பட்டுவரும் ஒரு நீதி. கடைசியில் இருவரும் சேர்ந்து சமாதானப்புறாவை வாணலியில் போட்டு வறுத்துவிடுவார்கள்.

நமது அகத்திணைப்பாடல்களில் பசலை திரும்பத்திரும்ப பேசப்பட்ட ஒன்று. கொஞ்சமாகத் தமிழ் கற்ற ஒருவர்கூட இச்சொல்லைக் காணாமல் கடந்திருக்க வாய்ப்பில்லை. பசலை என்கிற சொல் நினைவில் எழும்போதே கூடவே எழும் ஒரு பெயர் உண்டு. அது வெள்ளிவீதியார்... "கன்றும் உண்ணாது கலத்தினும் படாது" என்று துவங்கும் அவள் பாடல் பசலையைப் போன்றே நம் நினைவுகளில் ஊர்ந்து படர்ந்திருப்பது. "எனக்கும் ஆகாது என் 'ஐ' க்கும் உதவாது" என்கிற வரியில் தொனிக்கும் ஏக்கத்திற்காய்க் காலகாலத்திற்கும் நிலைத்திருப்பாய் வெள்ளிவீதி!

12

தனிப்படர்மிகுதி

படர் என்றாலும் துயரந்தான். தனிமையின் துயர் நிரம்பிய பாடல்களைக் கொண்ட அதிகாரம். தலைவன் பிரிந்து சென்றுவிட்டான். அவன் கடமை நிமித்தமாகச் சென்றிருப்பதால் அவனைப் பிரிவுத்துயர் அதிகம் வருத்தாது. காதலோடு பொருது அழிபவள் தனிமையிலிருக்கும் தலைவிதான். அவளுக்கே மிகுந்த துயரம். அந்தத் துயர் மிகுதியில் அவள் சொல்லும் பாடல்கள் இவை.

> தாம்வீழ்வார் தம்வீழப் பெற்றவர் பெற்றாரே
> காமத்துக் காழில் கனி   (1191)

தான் விரும்பும் காதலர் தன்னையும் விரும்பும் பேறு பெற்றவர்களுக்குத்தான் காமம் விதையில்லா பழத்தைப் போன்று சுவையானது.

தலைவன் அருகினில் இல்லை. தன்னை நினைப்பதாகவும் தெரியவில்லை. தான் மட்டுமே அவனை நினைந்து நினைந்து உருகிவருவதால் தனக்கு அந்தப்பேறு இல்லை என்பது குறிப்பு.

வீழ்தல் – விரும்புதல்
காழ் – விதை, கொட்டை

> வாழ்வார்க்கு வானம் பயந்தற்றால் வீழ்வார்க்கு
> வீழ்வார் அளிக்கும் அளி   (1192)

காதலர் ஒருவரையொருவர் அன்பு செய்வது வாழ்விற்கு மழை போன்று இன்றியமையாததாகும்.

தனக்கு அந்த அன்பு கிடைக்கவில்லையாதலால்தான் மழை பொய்த்த மண் போன்று வாடி வருந்துகிறேன் என்பது குறிப்பு.

அளி – அன்பு, காதல், இரக்கம்

வீழுநர் வீழப் படுவார்க்கு அமையுமே
வாழுநம் என்னும் செருக்கு (1193)

தான் விரும்பும் தலைவனால் திரும்ப விரும்பப்படும் தலைவியர்க்கே இன்புற்று வாழ்வோம் எனும் செருக்கு தோன்றும்.

பெருமிதம் என்பது இப்போது பிரிந்திருந்தாலும் தலைவன் விரைவில் திரும்புவான். வந்தபின் மகிழ்ந்து வாழ்வோம் என்கிற பெருமிதமாம். அந்தப் பெருமிதம் தனக்கு வாய்க்க வழியில்லை என்கிறாள் தலைவி.

வீழப் படுவார் கெழீஇயிலர் தாம்வீழ்வார்
வீழப் படாஅர் எனின் (1194)

தாம் விரும்பும் காதலர் அல்லாது பிறரால் விரும்பப்பட்டாலும் அது நல்வினைப்பயனில் சேராது.

காதல் அன்பு அல்லாது வேறுபிற அன்பால் என்னதான் பயன்? காதல் எங்கிருந்தோ வந்து நெஞ்சத்துள் ஆழ விழுந்து விடுகிறது. அவ்வளவு இறுக்கமாகப் பற்றிக்கொள்கிறது. சமயங் களில் தாயன்பையும் காற்றில் பறக்கவிட்டு விடுகிறது.

காதல் இன்றளவும் ஒரு வினோதமான புதிர்தான். அதன் நிமித்தம் நிகழ்த்தப்படும் தற்கொலைகள், கொலைகள் ஆராய்ந்து நோக்கச் சிக்கலானவை. இதை எழுதிக்கொண்டிருக்கும் இப்போது தன் காதலுக்கு இடையூறாய் இருந்ததற்காகச் சொந்த அக்காவைக் காதலனோடு சேர்ந்து தலையணையால் அமுத்திக்கொன்ற தங்கையின் கதையொன்று டி.வியில் ஓடுகிறது. தங்கை சிறுமி என்றே விளிக்கப்படுகிறாள். அதாவது 'மைனர்'.

நமது உளவியல் வல்லுநர்கள் படாதபாடுபட்டுக் காதல் காமம் அன்றி வேறல்ல என்று ஒரு கூண்டிற்குள் அடைத்துவைக்க முயன்றாலும், சமயங்களில் அது அந்தக் கூண்டையும் உடைத்துக் கொண்டு பறந்துவிடுகிறது.

'கெழீஇயிலர்' என்கிற சொல்லிற்கு 'நல்வினை இலர்' என்று பொருள் உரைக்கிறது அகராதி.

நாம்காதல் கொண்டார் நமக்கெவன் செய்பவோ
தாம்காதல் கொள்ளாக் கடை (1195)

நாம் விரும்பும் காதலர் நம்மை விரும்பவில்லையெனில் அதனால் என்ன இன்பம் விளைந்துவிடப் போகிறது?

தம்மை விரும்பாது தான்மட்டும் உருகியுருகி விரும்பும் அன்பிலும் ஒருவிதமான இன்பம் இருக்கத்தான் செய்கிறது போலும் அய்யனே? அந்த அன்பும் ஏதோ ஒன்றைச் செய்யத்தான் செய்கிறது போலும்?

ஒருதலையான் இன்னாது காமம் காப்போல
இருதலை யானும் இனிது (1196)

ஒருதலைக்காமம் இனிதன்று அது இனிதாக வேண்டுமெனில் காவடித் தண்டைப்போல இருபுறமும் பாரத்தில் ஒத்திருத்தல் வேண்டும்.

சமயங்களில் இருதலையைக் காட்டிலும் ஒருதலை இனிப்பானது. ஒருதலை புனைவின் மிதப்பில் பறப்பது. இருதலை பரவசங்களுக்கு மரத்துப்போய் எருமையைப்போல் பெருத்து விடுகிறது. காதல் பெருமழையாகிக் கொட்டினாலும் அது தீவனம் மென்றபடியெ சிவனே என்றிருக்கப் பழகிவிடுகிறது சீக்கிரத்தில்.

'இதயம் முரளி' மட்டும் அப்படித் தயங்கித்தயங்கி நிற்கவில்லையெனில் இவ்வளவு இனியகீதங்கள் நமக்குக் கிடைத்திருக்குமா என்ன?

பருவரலும் பைதலும் காணான்கொல் காமன்
ஒருவர்கண் நின்றொழுகு வான் (1197)

என் பசலையும், நோவும் காணமாட்டானோ காமன்? அவன் என்னை மட்டும் வருத்தும் கயவன்.

காமன் யோக்கியன் எனில் காதலர் இருவரிடமுமல்லவா விளையாட வேண்டும்? கடமையில் ஈடுபட்டிருக்கும் தலைவனிடம் அவன் சேட்டை பலிப்பதில்லை. எனவே தனிமையில் இருக்கும் தலைவியின் நெஞ்சத்துள் புகுந்துகொண்டு ஆட்டம் போடுகிறான்.

வேலை என்பது பளுவாகவும், ஓய்வு என்பது இனிமையாகவும் எப்போதும் இருப்பதில்லை. சமயங்களில் ஓய்வு தனிமை என்றாகிவிடுகிறது. தனிமை நரகத்திற்கு இழுத்துச் சென்று விடுகிறது.

பருவரல் – பசலைபாய்தல்
பைதல் – வருத்தம்

வீழ்வாரின் இன்சொல் பெறாஅது உலகத்து
வாழ்வாரின் வன்கணார் இல். (1198)

தன் காதலரிடமிருந்து இன்சொல் எதையும் பெறாதபோதும் தொடர்ந்து உயிர்வாழும் கொடியவரைக் காட்டிலும் கொடியவர் வேறு யாருமில்லை.

'வன்கணார்' என்னும் சொல்லிற்குக் கொடியவர் என்று பொருள். 'கல் நெஞ்சம் உடையார்' என்கிறது கலைஞர் உரை. இங்கு அதுவும் ஏற்புடைத்தே.

அழகர் இந்த இன்சொல்லைத் தூதுச்சொல்லாகக் காண்கிறார். தலைவனிடமிருந்து நம்பிக்கை ஊட்டும் விதமாக நல்ல செய்தி ஏதும் வராதபோதும் தொடர்ந்து உயிர்வாழும் கொடியவள் என்று தன்னைத்தானே முனிந்துகொள்கிறாள் தலைவி.

நசைஇயார் நல்கார் எனினும் அவர்மாட்டு
இசையும் இனிய செவிக்கு (1199)

என் காதலர் விரைவில் திரும்பிவந்து என்னைக் காதல் செய்ய மாட்டாரெனினும் அவரிடமிருந்து வருகிற எந்த ஒரு சொல்லும் எனக்கு இனிதே

'அவர் வாரார்' என்ற சொல்லாவது வரட்டும். கொடிய பிரிவில் தவிக்கும் தனக்கு இப்போது அதுகூட இன்பமே என்பது போல் சொல்கிறது அழகர் உரை.

"இசையும் இனிய செவிக்கு" என்பதைக் காதலரைப் பற்றிய புகழுரைகள் தனக்கு இன்பமானவை என்பதாகவும் பொருள் சொல்கின்றன சில உரைகள்.

நசை – விருப்பம்

உறாஅர்க்கு உறுநோய் உரைப்பாய் கடலைச்
செறாஅஅய் வாழிய நெஞ்சு (1200)

உன் நினைப்பற்ற கொடியவருக்கு நீ உற்ற நோயை உரைப்பதைக் காட்டிலும் ஒரு கடலைத் தூர்ப்பது எளிது என் நெஞ்சே!

"வாழிய நெஞ்சே!" என்பது இங்கு வாழ்த்தல்ல. அதன் மடமையை இடித்துரைப்பதாகும். "பொழப்பு கெட்ட வேல" என்பது இதன் கொச்சை வழக்கு.

கடலைக்கூடத் தூர்த்துவிடலாம் ஆனால் அவள் துயரை உரைத்துவிட இயலாது. ஏனெனில் இப்போது தலைவன் காதலுக்குச் செவிடாகி, கடமையில் காதலாகி நிற்கிறான்.

'தனி' என்கிற சொல்லின்மீது மொத்த அதிகாரமும் அமர்ந்திருக்கிறது. இருவரும் காதலித்திருக்கிறோம், ஆனால், துயரமென்னவோ எனக்கு மட்டும்தான் என்கிற தலைவியின் கழிவிரக்கக் குரல் எல்லாப் பாடல்களிலும் எதிரொலிக்கக் காண்கிறோம். இந்த வகையில் இந்த அதிகாரத்திற்கு அவசியமுண்டுதான் என்றாலும் பாடல்கள் எதுவும் என்னளவில் சுவையானவை அல்ல. கடைசிப் பாடலைத்தான் கவிதை என்று சொல்லலாம். மற்ற பாடல்களில் அதன் இசையை வேண்டுமானால் இரசிக்கலாம்.

வள்ளுவரும் ஒப்பியடித்திருக்கிறார் என்பதைச் சொல்ல முனைந்தால் ஒருவேளை நான் ஆசிட் வீச்சுக்கு ஆளாக நேரலாம்.

13

நினைந்தவர் புலம்பல்

தனது பழைய காதல் இன்பங்களை நினைந்து நினைந்து காதலர் புலம்பும் பாடல்களைக் கொண்ட அதிகாரம் இது. சென்ற அதிகாரம் முழுக்கத் தலைவி தன் துயர் உரைத்தது. இதில் இருவரது துயரும் பாடப்படுவதால் 'அவர்' என்று பன்மையில் வந்தது என்கிறார் அழகர். அவர் உரைப்படி முதலிரண்டும் தலைவன் கூற்று. பிற தலைவி தோழிக்கு உரைத்தவை.

உள்ளினும் தீராப் பெருமகிழ் செய்தலால்
கள்ளினும் காமம் இனிது (1201)

எப்போது உண்கிறோமோ அப்போது மட்டுமே இன்பம் செய்யக்கூடியது கள். காதலோ எப்போது நினைத்துக்கொண்டாலும் இன்பம் செய்ய வல்லது.

'நினைவின் இனிமை' என்பது காதலுக்குத்தான் உண்டு. கள்ளிற்கு இல்லை. எனவே இன்பத்தில் கள்ளைவிடக் காதல் பெரிது என்கிறார் அய்யன்.

'கள்ளின் நினைவு' எவ்வளவு கொடிதென்று இதோ இந்த ஊரடங்குக் காலம் நமக்குச் சொல்லிக் கொண்டிருக்கிறது.

'காதலின் பிரிவு' கொஞ்சம் இன்பமும் சேர்ந்ததுதான். வேப்பம்பழம் போன்று. கள்ளின் பிரிவோ ராவானது. 'வார்னிஷ்சை' கலந்து குடிப்பதைத் தவிர வேறு வழியே இல்லை.

"உள்ளினும் தீரா பெரு மகிழ்வு" என்கிறார். அதாவது அள்ளியள்ளிப் பருகினாலும் தீராத இனிய நினைவுகள்.

எனைத்தொன்று இனிதேகாண் காமம்தாம் வீழ்வார்
நினைப்ப வருவதொன்று இல் (1202)

எப்படிப் பார்த்தாலும் காதல் இனிதேதான். பிரிவின்போது நினைத்துக்கொண்டாலும் அது இனிக்கவே செய்கிறது.

பிரிவுத்துயரமும்கூட நினைவுகளால் இனிதேயாகும். சொல்லப்போனால் பிரிவில்தான் நினைவு மேலும் இனிக்கிறது.

"புணர்ந்தாலும், பிரிந்தாலும் ஒப்ப இனிதாகும் காதல்" என்கிறார் அழகர்.

நினைப்பவர் போன்று நினையார்கொல் தும்மல்
சினைப்பது போன்று கெடும் (1203)

தும்மல் வருவதுபோல் வந்து வாராமல் நின்றுவிட்டது. தலைவன் எனை நினைக்க வந்து நினையாது விட்டுவிட்டார் போலும்?

தும்மலை நினைப்போடு சேர்த்து எழுதுவதில் வியக்க ஒன்றுமில்லை. ஆனால் தும்மலுக்கு முந்தைய கணத்தைப் பிடிப்பவன் நிச்சயம் நல்ல கவிதான். தும்மலை அடக்கும் தலைவனிடம், "யாரவள்?" என்று ஊடும் தலைவியைப் பின்னால் பார்க்க இருக்கிறோம்.

சினைத்தல் – அரும்புதல், தோன்றுதல்

யாமும் உளேங்கொல் அவர்நெஞ்சத்து எம்நெஞ்சத்து
ஓஒ உளரே அவர் (1204)

ஓ! என் நெஞ்சத்தில் அவர்தான் எப்போதும் நிறைந்துள்ளார். நான்தான் அவருள் உள்ளேனா இல்லையா தெரியவில்லை?

எனக்குள் நீ இருக்கிறாய். உனக்குள் நான் உண்டா? என்று கேட்கும் எளிய வரிகள். 'ஓஒ' என்னும் இடைச்சொல்தான் கவிதையை நோக்கி இந்த எளிய வரிகளை நகர்த்துகின்றன. அவனைத் தவிர வேறு நினைவே இல்லை என்பதை மிகச் சரியாகச் சொல்லிவிடுகிறது இந்த அலறல். பித்தின் கூச்சலில் கவிதை நிறைந்துவிடுகிறது.

இடைவிடாமையைக் குறிப்பதென்றும், மிகுதிக்கண் வந்ததென்றும் இந்தக் கூச்சலை மொழிபெயர்க்க முயன்று தோற்கின்றன நமது உரைகள்.

தம்நெஞ்சத்து எம்மைக் கடிகொண்டார் நாணார்கொல்
எம்நெஞ்சத்து ஓவா வரல் (1205)

என்னைத் தன் நெஞ்சிற்குள் விடாது காத்துக்கொள்ளும் அந்தக் கயவன், தான் மட்டும் என் நெஞ்சிற்குள் ஓயாது வருவதற்கு நாண மாட்டானா?

'கயவன்' என்கிற சொல் பாட்டில் இல்லை. நான்தான் சேர்த்திருக்கிறேன். இல்லையென்று சொல்லமுடியாதபடிக்குக் கவிதைக்குள் ஒளிந்திருப்பதால்தான் தைரியமாகச் சேர்த்தேன்.

ஓவா – ஓயாது

> மற்றியான் என்உளேன் மன்னோ அவரொடுயான்
> உற்றநாள் உள்ள உளேன்   (1206)

அவரோடு நான் உற்ற நாள் உள்ள உளேன். மற்று நான் என் உளேன் மன்னோ?

இப்படித்தான் உரை சொல்லத் தோன்றுகிறது. உரையாசிரியர்கள் ஏற்கமாட்டார்கள். பாட்டையே எழுதி வைத்தால் அது எப்படி உரையாகும்? ஆனாலும் கவிதைக்காகத் தானே உரை? கவிதையை உருட்டுக்கட்டையால் அடித்துக் கொன்றுவிட்டு எதற்கு உரை சொல்வது?

உரை, கவிதையல்ல; திரண்ட கருத்துமல்ல. இரண்டிற்கும் இடைப்பட்ட அப்பாவி ஜீவன். அது அடிக்கடி இப்படித் திருதிருவென விழிக்கும்படியாகி விடுகிறது.

"கடைசிவரை உரை சொல்லவே இல்லையே தம்பி?"

"மாட்டவே மாட்டேன்."

பாடலின் சப்தத்துள் உறைந்துள்ள துயரையும் கண்ணீரை யும் உரைக்கு மாற்றுகையில் அவை ஆவியாகிவிடுகின்றன.

பாடலின் அருகே கொஞ்சம் காதைக் கொண்டுபோனால் தலைவியின் இரத்தம் கொதிப்பது கேட்கிறது நமக்கு.

உறுதல் – கூடுதல்

> மறப்பின் எவன்ஆவன் மற்கொல் மறப்பறியேன்
> உள்ளினும் உள்ளம் சுடும்   (1207)

அவரை நினைத்துக்கொண்டிருக்கும் போதே என் உள்ளம் நெருப்பாய்ச் சுடுகிறதே, மறந்தும்விட்டால் என்னதான் ஆவேன்?

"உயிர் வாழ முடியாது" என்பது குறிப்பு.

நினைவு நோய். மறதி மருந்தல்லவோ அய்யனே?

இசை

எனைத்து நினைப்பினும் காயார் அனைத்தன்றோ
காதலர் செய்யும் சிறப்பு (1208)

நான் எவ்வளவு நினைத்தாலும் என்னைச் சினக்கவே மாட்டார். அதுவன்றோ நம் காதலர் சிறப்பு.

எவ்வளவுதான் எண்ணியெண்ணி நெஞ்சழிந்து போனாலும் அதற்கு இரங்கி அருள் செய்துவிடமாட்டார். பிரிவை வெறுத்துத் திரும்பிவிடமாட்டார். அவ்வளவு சிறந்தவர் நம் காதலர் என்பது குறிப்பு. இது ஒரு இகழ்ச்சிக் குறிப்பு. ஒருவிதக் கேலி.

என்னை 'சத்தியமூர்த்தி' என்று யாரேனும் அழைத்தால் எனக்குக் கோபம் தலைக்கேறிவிடும். இத்தனைக்கும் அதுதான் என் இயற்பெயர்.

விளியுமென் இன்னுயிர் வேறல்லம் என்பார்
அளியின்மை ஆற்ற நினைந்து (1209)

முன்பு நாம் வேறல்லர் என்று சொன்னவர் இன்று இரக்கமற்று இருப்பதை எண்ணியெண்ணி என் இன்னுயிர் அழிந்துவருகிறது.

'விளியும்' என்ற சொல்லிற்கு கழிதல், அழிதல் என்று பொருள் சொல்கிறது அகராதி. 'ஆற்ற' என்பது இங்கு 'மிகுதி' என்கிற பொருளில் வந்தது.

விடாஅது சென்றாரைக் கண்ணினால் காணப்
படாஅதி வாழி மதி (1210)

வாழி நீ மதியே! பிரிந்துசென்ற காதலரை நான் கண்ணால் காணும்வரை நீ மறையாதிருப்பாயக!

'விடாது' என்கிற சொல் இங்கு காதலர் நெருக்கத்தைக் குறித்து நிற்கிறது. அதாவது முன்பு 'விடாது' அன்பு செய்தவன். பின்பு விட்டுப் பிரிந்துபோனவன்.

இப்பாடலுக்குப் பலவிதமான உரைகள் காணக் கிடைக்கின்றன. நவீன உரைகள் பலதும் தலைவி தலைவனைத் தேடிக் கண்டுபிடிக்க நிலவிடம் உதவி கேட்பதாகவே சொல்கின்றன. அது அவ்வளவு பொருத்தமாக இல்லை. அல்லது ரசமாக இல்லை. மணக்குடவர் உரை இதை நிலவைப் புலந்து சொன்ன பாடலாகச் சொல்கிறது. அதாவது நிலவு படமாட்டேன் என்கிறது. பட்டால்தான் கண் உறங்குமாம். உறங்கினால்தான் கனவில் தலைவனைக் காண முடியுமாம். இப்படி அவனைக் காணமுடியாதபடி மறையாமல் இருக்கும் நிலவை வெறுத்து இகழ்கிறாள் அந்தத் தலைவி.

அழகர் மேலும் ஒரு உரை சொல்கிறார். அதாவது காதலர் இருவரும் கண்டுகொள்ள முடியாதபோதும் இருவரும் நிலவைக் காண்கிறார்கள். அங்கு இருவர் கண்களும் ஒன்றாக இருக்கின்றன. ஒன்றையொன்று கண்டுகொள்கின்றன.

அதாவது உனக்கும் எனக்கும் ஒரே நிலவு. இருவரும் ஒன்றையே காணும்போது நாம் ஒன்றாகவே இருப்பதான இன்பம் விளைந்து விடுகிறது. எனவே வாழி மதி! என்று நிலவை வாழ்த்துகிறாள் இந்தத் தலைவி. அற்புதம் செய்கிறீர் அழகரே!!

இந்த அதிகாரத்தைப் பழைய உரைகள் பலதும் தலைவி கூற்றாகத்தான் சொல்கின்றன. அழகர் முதலிரண்டு பாடல்கள் தலைவன் கூற்று என்கிறார். 'கள்ளின் இன்பம்' குறித்துத் தலைவி உரைப்பதில் அவருக்கு ஒழுக்கத் தொந்தரவுகள் ஏதும் இருந்திருக்கக் கூடும்.

அய்யனே! சென்ற அதிகாரத்தில் தாங்கள் ஓப்பியடிப்பதாக எழுதியது உண்மைதான். அதற்காக இந்த அதிகாரத்தில் நெஞ்சின் மேல் ஏறிநின்று இப்படிச் சில்லு மூக்கை உடைக்க வேண்டுமா என்ன?

14

கனவுநிலை உரைத்தல்

பிரிவுத்துயரில் இருக்கும் தலைவி தனக்கு நேர்ந்த கனவின் தன்மைகளைத் தோழிக்குச் சொல்லும் அதிகாரம் இது.

> காதலர் தூதொடு வந்த கனவினுக்கு
> யாதுசெய் வேன்கொல் விருந்து   (1211)

காதலரின் தூதுவரோடு தோன்றிய கனவுக்கு எப்படித்தான் விருந்து செய்வேன் நான்?

நற்செய்தியைக் கொண்டுவரும் தூதிற்குப் பரிசில்கள் தந்து சிறப்பிப்பது நம் மரபு. இங்கு அந்தத் தூது கனவில் வந்திருக்கிறது. கனவை எப்படிச் சிறப்பிப்பது?

விருந்து வந்துவிட்டால் நமக்குக் கைகால் ஓடாது. காதலின் தூது என்பது பெரிய விருந்து. எனவே தவிக்கிறாள் தலைவி. அதுவும் கனவில் வந்தார் என்பதில் அந்தத் தவிப்பு கூடிவிடுகிறது. தவிர, தலைவன் அனுப்பும் தூதுவன் கனவில் மட்டும்தான் வருவார். நேரில் வர வாய்ப்பில்லை என்கிற ஏக்கமும் துயரமும் கூடவே தொனிக்கிறது இதில்.

> கயலுண்கண் யானிரப்பத் துஞ்சிற் கலந்தார்க்கு
> உயலுண்மை சாற்றுவேன் மன்   (1212)

நான் இறைஞ்சிக் கேட்க, என் கண்கள் உறங்கிடுமாயின் காதலர் கனவில் வருவார். அப்போது நான் சாகாது பிழைத்திருப்பதை அவரிடம் சொல்வேன்.

சென்ற பாடலில் கனவில் தூது வந்தது. இந்தப் பாடலில் காதலரே வருகிறார். தூதிடம் எல்லாமும் சொல்ல முடியாதல்லவா? காதலரிடம் சொல்வதை அவரிடம் தானே சொல்ல முடியும்? எனவே 'சாற்றுவேன்' என்கிறாள். இது அழகர் சொல்லும் விளக்கம். சாற்றுதலாவது விரித்து உரைப்பது. அதாவது காதல் அரற்று.

கண் மூடாது, கனவு வாராது. காதலரும் வரமாட்டார் என்பது தலைவியின் துயரம்.

பிணக்கில் இருக்கையில் காதலியிடம் "எங்க இருக்க?" என்று கேட்கக்கூடாது "சுடுகாட்டில்" என்று பதில் வரும். அந்த வருத்தமும் கோபமும்தான் இவளிடமும் வெளிப்படுவதாகச் சொல்லலாம்.

கயலுண்கண் – கயல் போன்ற மையுண்ட கண்கள்
உய்தல் – வாழ்தல்

நனவினால் நல்கா தவரைக் கனவினால்
காண்டலின் உண்டென் உயிர் (1213)

நனவில் வந்து அன்பு செய்யாத காதலர் கனவிலாவது வருவதால்தான் இன்னும் உயிரோடு உள்ளேன் நான்.

கனவினான் உண்டாகும் காமம் நனவினான்
நல்காரை நாடித் தரற்கு (1214)

நனவில் அன்பு செய்யாத காதலரைத் தேடி அழைத்துவந்து விடுவதால் கனவிலேதான் எனக்கு காமத்தின் இன்பம் வாய்க்கிறது.

இதைக் கனவின் பயன் உரைத்ததாகச் சொல்லலாம்.

"கனவினான் உண்டாகும் காமம்" என்கிற சொற்றொடரை, இந்தக் காதல் கவிதையிலிருந்து தனியே எடுத்து ஒலிக்கச் செய்தால் அதில் ஒரு மந்திரத்தன்மை ஏறிவிடுகிறது. மானுட வாழ்வைக் குறித்து நிற்கும் கவித்துவமான வரியாகிவிடுகிறது. ஆம் அய்யனே! இந்த மொத்த வாழ்வும் அப்படித்தான்...

"கனவினான் உண்டாகும் காமம்"

"கனவினான் உண்டாகும் காமம்"

நனவினால் கண்டதூஉம் ஆங்கே கனவுந்தான்
கண்ட பொழுதே இனிது (1215)

கனவில் அவரைக் கண்டு காணும் இன்பம் சிறிதேதான். நனவில் மட்டும் என்ன, அதுவும் அவ்வளவுதானே?

கனவில் கண்ட இன்பம் போலவே நனவில் கண்ட இன்பமும் அதிக காலம் நிலைக்கவில்லை. எனவே இரண்டுமே துயரம்தான். இரண்டுமே எனக்குப் பழகிவிட்டது என்று வருந்துகிறாள் தலைவி.

கனவு மறைவது போன்றே அவளது காதல் வாழ்வும் வந்ததும் தெரியாமல், சென்றதும் தெரியாமல் மறைந்துவிட்டது.

> நனவென ஒன்றில்லை ஆயின் கனவினால்
> காதலர் நீங்கலர் மன் (1216)

நனவென்ற ஒன்றே இல்லையாயின், கனவில் வந்த காதலர் நீங்காமல் என்னோடே தங்கிவிடுவார் அல்லவா?

இது பெரிய கனவாக இருக்கிறது. காதற்கனவு. காதலால் மட்டுமே காண முடிகிற ஒரு கனவு.

இவ்வளவு பெரிய உலகத்தையும் வேண்டாமென்கிறாள். காதல் மட்டுமே போதுமென்கிறாள்.

தலைவி நனவைப் பார்த்து 'சனியனே!' என்று ஏசுகிறாள். அது பாடலுக்குள் ஒளிந்துள்ளது.

> நனவினால் நல்காக் கொடியார் கனவினால்
> என்எம்மைப் பீழிப் பது (1217)

நேரில் வந்து அன்பு செய்யாத அந்தக் கொடியவன் கனவில் மட்டும் வந்தென்னை வருத்துவதேன்?

முன்பு கனவிலாவது வருகிறாரே என்று மகிழ்ந்தவள், இப்போது "என்ன இதுக்கு வர்ற?" என்று சீறி முனிகிறாள்.

பீழித்தல் – வருத்துதல்

> துஞ்சுங்கால் தோள்மேலர் ஆகி விழிக்குங்கால்
> நெஞ்சத்தர் ஆவர் விரைந்து (1218)

நான் உறங்குகையில் என் தோள்மேல் சாய்ந்திருக்கும் காதலர், விழிக்கையிலோ நெஞ்சுக்குள் ஓடி ஒளிந்துகொள்கிறார்.

காமத்துப்பாலின் சிறந்த கவிதைகளில் ஒன்று. காதல் விளையாட்டின் ரசமான தருணமொன்றைப் புனைந்திருக்கிறார் தெய்வப்புலவர்.

விளையாட்டென்றால் விளையாட்டு. தீவினையென்றால் தீவினை. தலைவியின் நெஞ்சை அறுக்கும் விளையாட்டு.

கூடவே இருப்பான் ஆனால் கண்முன் வரமாட்டான். தோளிலிருந்து எழுந்து ஓடுபவன் வேறெங்கேனும் ஓடிவிட்டால் அதனால் பாதகமொன்றுமில்லை. ஆனால் இவன் நெஞ்சுக்குள் ஒளிந்துகொண்டு ஓயாமல் குடைகிறான்.

நனவினான் நல்காரை நோவர் கனவினான்
காதலர்க் காணா தவர் (1219)

தன் காதலரைக் கனவில் காண இயலாத பெண்களே அவர் நனவில் வந்து அன்பு செய்வில்லை என்று நொந்துகொள்வர்.

அதற்கு முதல் அவன் தூங்கவிடவேண்டுமல்லவா என்று நொந்துகொள்கிறாள் இன்னொரு தலைவி.

நனவினால் நம்நீத்தார் என்பர் கனவினால்
காணார்கொல் இவ்வூ ரவர் (1220)

காதலர் நம்மைப் பிரிந்து சென்றுவிட்டார் என்று அவரைப் பழிக்கும் ஊரார் அவர் கனவில் வந்து என்னை அன்பு செய்வதை காணமாட்டார்கள் அல்லவா?

தான் எவ்வளவும் தூற்றலாம் ஆனால் ஊர் தூற்றப் பொறுப்பதில்லை தலைவி. தோழியைக்கூட அனுமதிப்பதில்லை. தோழி சமயங்களில் அவளை ஆற்றுவிப்பதற்காகத் தலைவனைக் கொஞ்சம் ஏசினால், உடனே தலைவி தலைவனின் பக்கமாகச் சாய்ந்துகொண்டு அவன் தரப்பு நியாயங்களைப் பேசத் துவங்கிவிடுகிறாள். ஊர் வாயிலிருந்து தலைவனைக் காக்கும் தலைவியரை நமது பழந்தமிழ்ப்பாடல்களில் பல இடங்களில் காணமுடிகிறது.

காதல்கனவுகள் உறங்க விடாதவை. உறக்கத்திலும் விடாதவை. அத்தகைய காதற்கனவின் வெவ்வேறு நிலைகளைப் பேசுகிறது இந்த அதிகாரம்.

15

பொழுது கண்டிரங்கல்

பிரிவுக்காலத்தில் காதல் நோயைக் கூட்டும் மாலைப் பொழுதைத் கண்டு வருந்திப் பாடும் பாடல்களைக்கொண்ட அதிகாரம். பழந்தமிழ் பாடல்களில் 'பொழுது கண்டிரங்கல்' துறையில் ரசமான பாடல்கள் பல காணக் கிடைக்கின்றன. 'நார் இல் மாலை' என்கிறது குறுந்தொகை. அதாவது, அன்பும் இரக்கமுமற்ற கொடிய மாலை. 'படருறு மாலை' என்கிறது சிலப்பதிகாரம். அதாவது, துயர் பெருகும் மாலை.

மாலையோ அல்லை மணந்தார் உயிருண்ணும்
வேலைநீ வாழி பொழுது

(1221)

நீ மாலையா என்ன? அல்ல, அல்ல. காதலர் உயிருண்ணும் வேல் அல்லவோ நீ?

'வாழி நீ' என்பது இகழ்ச்சிக் குறிப்பு. அதாவது 'நாசமாய்ப் போ!' என்று வாசிக்க வேண்டும்.

'வேலை' என்பதை 'வேளை' என்றுகொண்டு 'உயிருண்ணும் பொழுது' என்று சொல்லும் உரைகளும் உண்டு.

"படர் சுமந்து எழுதரு பையுள் மாலை" என்கிறது குறுந்தொகை. அதாவது துயரத்தைச் சுமந்தபடியே எழுந்துவரும் பொழுது. மாலை பொன்னிறத்திற்கும், இதமான குளிருக்கும் பதிலாக துயரத்தையே ஏந்திக் கொண்டுவருகிறது இத்தலைவிக்கு.

புன்கண்ணை வாழி மருள்மாலை எம்கேள்போல்
வன்கண்ணதோ நின் துணை (1222)

மாலையே! நீயும் என்போல் வருந்தி மெலிகிறாயே, உன் தலைவனும் என் தலைவனைப்போல் இரக்கமற்றவனா என்ன?

இங்கு 'வாழி!' என்பது இகழ்ச்சிக் குறிப்புல்ல. இதுவொரு பரஸ்பர ஆறுதல்போல் தொனிக்கிறது.

மருள் மாலை – மயங்கும் மாலை
புன்கண் – வருத்தம், மெலிவு, பொலிவிழப்பு
வன்கண் – இரக்கமற்ற
கேள் – துணைவன், தலைவன்

பனிஅரும்பிப் பைதல்கொள் மாலை துனிஅரும்பித்
துன்பம் வளர வரும் (1223)

தலைவன் உடன் இருக்கையில் இந்த மாலைப்பொழுதின் துன்பங்களெல்லாம் என் முன் வரவே அஞ்சி நடுங்கும். இன்றோ நான் உயிரையே வெறுக்கும் படிக்கு நாளுக்குநாள் வளர்ந்து வருகின்றன.

பனி – நடுக்கம்
துனி – வெறுப்பு

காதலர் இல்வழி மாலை கொலைக்களத்து
ஏதிலர் போல வரும் (1224)

காதலர் இல்லாத இந்த மாலை கொலைக்களத்துப் பகைவரைப்போல நெருங்கிவருகிறது.

'கொலைக்களத்து ஏதிலர்' என்று மட்டும்தான் பாடலில் இருக்கிறது. களம் விவரிக்கப்படவில்லை. ஆனால் நமக்கு விரிந்து விடுகிறது. வாளது வீச்சும், குதிரைகள் கணைப்பும், உயிர்களின் அலறலும் நமக்குத் துல்லியமாகக் கேட்கின்றன. இரத்த வாடை வருகிறது காற்றில்.

மாலை, தலைவியை இரண்டு துண்டாக்கி ஆங்காரமாகச் சிரிக்கிறது.

ஏதிலா் – பகைவா்

காலைக்குச் செய்தநன்று என்கொல் எவன்கொல்யான்
மாலைக்குச் செய்த பகை (1225)

இந்த மாலை இப்படி என்னை ஓயாமல் வருத்துகிறதே! நான் அதற்குச் செய்த தீமைதான் என்ன? வருத்தாக் காலைக்குச் செய்த நன்மைதான் என்ன?

மாலையே எனக்கும் உனக்கும் என்னதான் பகை? நான் உனக்கு ஒரு இம்சையும் தராதபோதும் ஒரு பழிகொண்ட மிருகம்போல் ஏன் என்னை வேட்டையாடுகிறாய்? என்று அரற்றியழுகிறாள் தலைவி.

இந்தக் கவிதையில் ஒருவிதப் பேதலிப்பு இருக்கிறது. பேதலிப்பிலிருந்து நல்ல கவிதை வருவது இயல்புதானே?

மாலைநோய் செய்தல் மணந்தார் அகலாத
காலை அறிந்த திலேன்   (1226)

இந்த மாலை இவ்வளவு கொடியது என்பதைக் காதலரோடு பிணைந்திருந்த காலத்தில் அறியாதிருந்துவிட்டேன்.

அறிந்திருந்தால், தலைவனைப் பிரியவேவிட்டிருக்கமாட்டாள் தலைவி.

"மாலை நீ... வெள்ளமான் நிறம் நோக்கிக் கணைதொடுக்கும் கொடியான் போல், அல்லற்பட்டு இருந்தாரை அயர்ப்பிய வந்தாயோ?"

என்கிறது ஒரு கலித்தொகைப் பாடல்.

வெள்ளத்தில் சிக்கித் தவிக்கும் மானின் மார்பைக் குறிவைக்கும் வேடனைப்போலக் கொடியதாம் மாலை.

காலை அரும்பிப் பகலெல்லாம் போதாகி
மாலை மலரும்இந் நோய்   (1227)

காலையில் அரும்பிப் பகலெல்லாம் முதிர்ந்து மாலையில் மலரும் இக்காம நோய்.

மாலைக்கு ஒரு மயக்கம் உண்டு. அது பொழுதின் மயக்கம் மட்டுமல்ல. அந்த மயக்கம் வெளியில் மட்டுமல்லாது நம் உள்ளும் விரிந்துவிடுகிறது. மயங்கிய பொழுதில் மயங்கும் மனத்துள் காமம் பூத்துவிடுகிறது.

மாலையில் மலர்ந்த பிறகு இரவெல்லாம் மணம் வீசும். திரும்பக் காலையில் அரும்பிப் பகலெல்லாம் போதாகி மாலையில் மலர்ந்து இரவெல்லாம் மணம் வீசி... சைத்தான் தல மேல ஏறிட்டா பிறகு இறங்காது என்பதைத்தான் அய்யன் இப்படிச் சொல்கிறாரோ என்னவோ?

'போது' என்றால் பொதுவாக மலர்தான். இங்கு அது அரும்பிலிருந்து மலராகும் பருவத்தைக் குறிக்கிறது. 'மலரும் பருவத்தரும்பு' என்கிறது அகராதி.

அழல்போலும் மாலைக்குத் தூதாகி ஆயன்
குழல்போலும் கொல்லும் படை **(1228)**

நெருப்பெனக் கொதிக்கின்ற மாலைக்குத் தூதாகி வருகிறது கொலைக்கருவியைப் போன்ற ஆயனின் குழல்.

மாலை அவளைப் பாதி கொன்றுவிட்டது. குற்றுயிராய்க் கிடக்கும் அவளை மேலும் வதைக்கவருகிறது குழலோசை.

புணர்ச்சிக் காலத்தில் எதுவெல்லாம் மதுரமாக இனித்ததோ, பிரிவுப் பொழுதில் அதுவெல்லாம் வேம்பாய்க் கசக்கின்றன.

பதிமருண்டு பைதல் உழக்கும் மதிமருண்டு
மாலை படர்தரும் போழ்து **(1229)**

என் புத்தியைப் பிசகச்செய்யும் துயரார்ந்த மாலைப்பொழுது வரும்போது, இந்த ஊரும் என்னைப் போன்றே மயங்கி வருந்தும்.

தான் மட்டும் வருந்தாது தன்னைச் சுற்றியும் துயரமே சூழ்ந்திருப்பதாகத் தலைவிக்குத் தோன்றுகிறது போலும்?

பதி – ஊர்
படர் – துயரம்

பொருள்மாலை யாளரை உள்ளி மருள்மாலை
மாயும்என் மாயா உயிர் **(1230)**

பொருள் வேட்கையிலேயே மயங்கித்திரியும் காதலரை எண்ணியெண்ணி இந்த மாலைப்பொழுதில் என் உயிர் மடிந்து வருகிறது.

'மாயும் என் மாயா உயிர்' என்பது, மற்றக் காலத்திலெல்லாம் ஆற்றி இருப்பவளால் மாலைப்பொழுதில் அப்படி இருக்க முடிவதில்லை. மாலையில் மாய்கிறது அவள் உயிர்.

'பொருள்மாலை' எனில் பொருளாசை. 'மால்' எனில் மயக்கம். தலைவனுக்கு இப்போது தலைவி மேல் வேட்கையில்லை, பொருள் மேல்தான் வேட்கை.

> மகளிர் உயிர்பொதி அவிழ்க்கும் காலையாவது அறியார்,
> மாலை என்மனார் மயங்கியோரே

என்கிறது கலித்தொகை.

"இதைப்போய் அழகிய மாலை என்கிறார்களே, முட்டாள்கள்தான் அப்படிச் சொல்லச் சொல்லமுடியும். மாலையல்ல இது, தலைவியின் உயிரை வாங்கும் காலை"

காலை என்பது இங்கு காலைப் பொழுதல்ல. ஒரு குறிப்பிட்ட பொழுதைக் குறிக்கிறது. இங்கு அது தலைவியின் உயிரைக் கொல்லும் நேரமானது.

சங்கத் தலைவியர் பலரும் மாலை! மாலை! என்று பிதற்ற, தலைனைப் பிரிந்திருக்கும் பொழுதில் மாலையென்ன? காலையென்ன? காலைப் பொழுதுகூட எனக்கு மாலையின் துயரத்தையே தருகிறது என்கிறாள் ஒருத்தி.

"பெரும்புலர் விடியலும் மாலை, பகலும் மாலை துணையிலோர்க்கே" என்கிறது பாடல்.

தலைவன் பிரிந்து சென்றுவிட்டான். தனிமையிலிருக்கும் தலைவியின் நெஞ்சத்தில் ரம்மியமான மாலைப்பொழுது காதல் நினைவுகளைக் கிளறி வதைக்கிறது. சரி... தலைவன் பிரிந்து சென்ற ஊரிலும் மாலை வருமல்லவா? அது தலைவனையும் இப்படி வதைக்க வேண்டுமல்லவா? "அதெல்லாம் உனக்கு உறைக்குமா உறைக்காதாடா?" என்று கேட்கிறாள் ஒரு சங்கத் தலைவி.

16

உறுப்பு நலனழிதல்

பிரிவுத்துயர் பொறுக்காது தலைவியின் உறுப்புகள் அழகிழந்து வருந்துவதைச் சொல்லும் அதிகாரம். பழந்தமிழ்ப் பாடல்களிலும் இந்த 'உறுப்பு நலன் அழிதல்' பரவலாகப் பாடப்பட்டுள்ளது.

  சிறுமை நமக்கொழியச் சேட்சென்றார் உள்ளி
  நறுமலர் நாணின கண்   (1231)

  நமக்கு பிரிவுத்துயரை அளித்துவிட்டுத் தூரதேசம் சென்றாரை எண்ணியெண்ணிக் கண்ணீர் வடித்துப் பொலிவிழந்த கண்கள் அழகிய மலர்களின் முன்னே நாணி நிற்கின்றன.

  முன்பு அந்த மலர்கள் தலைவியின் கண்களைக் கண்டு நாணித் தோற்று நின்றன. அவ்வளவு அழகு பூத்திருந்தாள் அவள். இன்றோ, இந்தப் பிரிவோ மொத்த அழகையும் கெட்டழித்துவிட்டது.

சிறுமை – இங்கு துயரம்
சேண் – தூரம்

  நயந்தவர் நல்காமை சொல்லுவ போலும்
  பசந்து பனிவாரும் கண்   (1232)

  அழகிழந்து அழுகின்ற கண்கள் நம் காதலரின் கருணையின்மையை உலகுக்குச் சொல்லிவிடுகின்றன போலும்?

‘பசந்து பனிவாரும் கண்’ என்கிற சொற்கட்டு அழுகையைக் காட்டிலும் அதிகமாகச் சொல்லிவிடுகிறதல்லவா?

பனி – இங்கு கண்ணீர்

தணந்தமை சால அறிவிப்ப போலும்
மணந்தநாள் வீங்கிய தோள் (1233)

தலைவனைக் கூடியிருந்த காலத்தில் பூரித்து வீங்கிய தோள்கள், மெலிந்துபோய் அவன் பிரிவை ஊருக்குச் சொல்லிவிடுகின்றன.

‘சால அறிவிப்ப’ அதாவது மறைக்கவே முடியாதபடி அறிவித்து விடுகின்றன.

தணத்தல் – நீங்குதல் இங்கு மெலிதல்

பணைநீங்கிப் பைந்தொடி சோரும் துணைநீங்கித்
தொல்கவின் வாடிய தோள் (1234)

தலைவனின் பிரிவால் என் பழைய அழகெல்லாம் கெட்டழிய, பருத்த தோள்கள் மெலிந்துவிட்டதால் கைவளைகள் தானாகக் கழன்றுவிழுகின்றன.

‘கைவளை நெகிழ்தல்’ அதிகம் பாடப்பெற்ற ஒன்று. பழந்தமிழ் கவிதைகளுக்குள் நடக்கையில் கொஞ்சம் பார்த்து நடக்க வேண்டும். அஜாக்கிரதையாக இருந்துவிட்டால் பிறகு ஏதோ ஒரு தலைவியின் கைவளை இடறி, நாம் குப்புறக் கவிழ்ந்து விட நேரலாம்.

ஆனாலும் இப்பாடலின் சப்தம் அதைப் பழையதாக்கி விடாமல், உயிர்த்துடிப்பு குன்றாமல் பார்த்துக்கொள்கிறது.

பணைத்தல் – பருத்தல்

கொடியார் கொடுமை உரைக்கும் தொடியொடு
தொல்கவின் வாடிய தோள் (1235)

அழகெல்லாம் அழிய, மெலிந்துவாடிய என் தோள்களும், அதிலிருந்து கழன்று விழும் வளைகளும் பிரிந்துசென்ற தலைவனின் கொடுமையைச் ஊருக்குச் சொல்லிவிடுகின்றன.

“நல்லன் என்றும் யாமே, அல்லன் என்னும் என் தடமென் தோளே” என்கிறது ஒரு சங்கப்பாடல்.

“ஊர்பழிக்கு அஞ்சி அவனை நான் நல்லவன் என்றே சொல்கிறேன். என் மெலிந்த தோள்கள் அதனை மறுத்து அல்லன்! அல்லன்!” என்கின்றன.

தொடியொடு தோள்நெகிழ நோவல் அவரைக்
கொடியர் எனக்கூறல் நொந்து   (1236)

வளைகள் கழன்ற, தோள்கள் மெலிந்த என்னைக் கண்டோர் நம் தலைவனைக் கொடியன் என்று தூற்ற, அது கேட்டு நான் வருந்தி அழிகிறேன்.

பாடு பெறுதியோ நெஞ்சே கொடியார்க்கென்
வாடுதோட் பூசல் உரைத்து   (1237)

நெஞ்சே, நீ பாடல் பெற விரும்பவில்லையா? கொடிய தலைவனுக்கு என் மெலிந்த தோள்களின் பிணக்கை உரைத்து.

அப்படி நீ போய் அவனிடம் என் வருத்தத்தைச் சொல்லி விடுவாயானால், அதுகேட்டு அவன் வீடு திரும்பிவிடுவான். காலமெல்லாம் உனக்கு நான் நன்றிக்கடன் பட்டிருப்பேன். உன்னைப் புகழ்ந்து பாடல்கள் பாடுவேன். அந்தப் பெருமை யெல்லாம் உனக்கு வேண்டாமா? என்று கேட்கிறாள் தலைவி.

தலைவிக்கும் அவள் தோளுக்கும் என்ன பூசல்? தோள்கள் மெலிவதை, கைவளை நெகிழ்வதையெல்லாம் தலைவி விரும்புவதில்லை. அவை தாமே நிகழ்ந்து தலைவனின் பிரிவை ஊருக்குக் காட்டிக்கொடுத்துவிடுகின்றன. இப்படியாக ஊர் தூற்ற அது ஏதுவாக இருப்பதால்தான் தலைவிக்கும், அவள் தோளுக்கும் பூசல்.

முயங்கிய கைகளை ஊக்கப் பசந்தது
பைந்தொடிப் பேதை நுதல்   (1238)

இதற்கு முந்தைய பாடல்களெல்லாம் தலைவி உரைத்தவை. இனிவரும் மூன்று பாடல்களும் தலைவன் கூற்று. வினைமுடித்துத் திரும்பும் வழியில், தலைவியது காதலின் கடுமை எண்ணி அவளை விரைந்து காணும் ஆவலில் தலைவன் தன் நெஞ்சுக்குச் சொல்லியது.

முன்பு அவளை முயங்கிக்கிடந்த பொழுது, அவளுக்கு நோகுமோ என்று என் கைகளைச் சற்றே தளர்த்திவிட்டேன். அதற்கே அவள் நெற்றியில் பசலை பாய்ந்துவிட்டது.

அச்சிறு பிரிவையும் பொறுக்க இயலாத தலைவி இவ்வளவு நெடிய பிரிவால் எவ்வளவு துயரமுற்றாளோ? அவளை விரைந்து காண வேண்டும்.

ஊக்குதல் – நெகிழ்த்தல்

> முயக்கிடைத் தண்வளி போழப் பசப்புற்ற
> பேதை பெருமழைக் கண்   (1239)

ஒரு முறை முயக்கத்திற்கிடையே கொஞ்சம் காற்று புகுந்துவிட்டது. அதற்கே பிரிந்துவிட்டதுபோலப் பசந்துவிட்டன அவள் கண்கள்.

பேதை பெருமழைக் கண் – பேதைமையுடைய குளிர்ந்த பெரிய கண்கள்

> கண்ணின் பசப்போ பருவரல் எய்தின்றே
> ஒண்ணுதல் செய்தது கண்டு   (1240)

கண்களின் பசப்பு நுதலின் பசப்பு கண்டு வருந்தியது.

இவ்வளவுதான் பாட்டில் உள்ளது. உரைகளும் இதையேதான் நீட்டிமுழக்கிச் சொல்கின்றன. ஆனால் அழகர் இதற்குச் சுவையானதொரு விளக்கம் தருகிறார். அதாவது புலன்கள் போட்டி போட்டுப் பசக்கின்றனவாம். நெற்றி, கைகளை நெகிழ்த்தவுடனே பசந்துவிட்டது. தாம் கைகளை விலக்கி, கொஞ்சம் மெய்யும் விலக்கி, இடையே காற்று புகுந்த பின்புதானே பசந்தோம். அவ்வளவு ஆற்றி இருக்க முடிகிறதென்றால் எவ்வளவு கல் நெஞ்சம் தனக்கென்று கண்கள் வருந்துகிறதாம்.

ஒண்ணுதல் – ஒளிவீசும் நுதல்
பருவரல் – துயரம்

> பாய்பரி நெடுந்தேர் கொண்கனோடு
> தான் வந்தன்று என் மாமைக் கவினே.

என்கிறது ஒரு பழம்பாடல். அதாவது தலைவன் போகும்போதே தலைவியின் அழகையும் எடுத்துக்கொண்டு போய்விட்டானாம். இப்போது அவனது தேர் திரும்பிவிட்டது. எனவே தன் அழகும் தனக்குத் திரும்பிவிட்டது என்கிறாள் தலைவி.

17

நெஞ்சொடு கிளத்தல்

பிரிவாற்றாமையால் தலைவி தனக்குத் தானே நெஞ்சோடு பேசிக்கொண்ட பேச்சுக்கள் இவ்வதிகாரம். உண்மையில் நாம் நெஞ்சை ஒரு நிமிடம்கூட சும்மா இருக்கவிடுவதில்லை. அல்லது நெஞ்சம் நம்மை ஒரு நிமிடம்கூட சும்மா இருக்கவிடுவதில்லை. இப்படி இருவரையும் பிரிக்க இயல்வதில்லை. அதுவும் மானிடர்களுக்குக் காதல், கீதல் பிறந்துவிட்டால் நெஞ்சம் பகலிரவு பாராமல் பணியாற்ற வேண்டியுள்ளது.

நெஞ்சம் நமக்கு ஆதரவாகப் பேசுகிறது. எதிராகப் பேசுகிறது. எப்படியும் நம்மைச் சார்ந்துதான் பேசுகிறது. அதற்கு மட்டும் தானாகப் பேசுகிற சக்தியிருந்தால் "இதுபோன்ற விசயத்திற்கெல்லாம் என் தாலிய அறுக்காம தாங்களாகவே ஒரு முடிவெடுத்துக்கொள்ளுங்கள்" என்று கையெடுத்துக் கும்பிட்டுவிடும். "சும்மா இருக்கும் சுகம்" என்பது நெஞ்சற்று இருப்பதுதான். 'நெஞ்சொடு கிளத்தல்' என்று பெயரிருந்தாலும் இவ்வதிகாரத்தை 'நெஞ்சொடு புலம்பல்' என்று விளிப்பது மேலும் பொருத்தமாயிருக்கும்.

நினைத்தொன்று சொல்லாயோ நெஞ்சே
எனைத்தொன்றும்
எவ்வநோய் தீர்க்கும் மருந்து (1241)

நெஞ்சே! தீராதநோயைத் தீர்க்கவல்ல மருந்தொன்றை, அது எதுவாயினும், எனக்கு உரைப்பாயாக!

இந்நோயைச் சகிக்க இயலவில்லை. எதைத் தின்னவும், எதைக் குடிக்கவும் அவள் தயார். என்ன சொன்னாலும் செய்கிறேன் சொல் என்கிறாள். நெஞ்சம் சில சமயம் பூச்சிக்கொல்லி மருந்தைச் சொல்லிவிடுகிறது.

'எவ்வம்' எனில் துயரம், நோய். எவ்வநோய் என்பதை 'ஒன்றானும் தீராத நோய்' என்கிறார் அழகர்.

காதல் அவரிலர் ஆகநீ நோவது
பேதைமை வாழியென் நெஞ்சு   (1242)

அவருக்கு நம்மேல் கொஞ்சமும் அன்பில்லை எனும்போதும், நீ மட்டும் அவரையே எண்ணிக்கொண்டு வருந்துவது எவ்வளவு பேதைமை?

"நில்லென்று சொன்னால் மனம் நின்றா போகும்?"

'வாழி என் நெஞ்சு' என்பது இகழ்ச்சிக் குறிப்பு.

இருந்துள்ளி என்பரிதல் நெஞ்சே பரிந்துள்ளல்
பைதல்நோய் செய்தார்கண் இல்   (1243)

அவரோடு செல்லவும் முடியாமல், அவரின்றி ஆற்றவும் முடியாமல் அவரையே எண்ணிக் கொண்டு நீ வருந்தி அழிகிறாய் நெஞ்சே. ஆனால் இந்த வருத்தத்தை அளித்த அவருக்கோ நம் மீது எந்த இரக்கமும் இல்லை.

உள்ளுதல் – நினைந்தல்
பைதல் – துயரம்
'என்பரிதல்' என்பதை 'பரிதல் என்?' என்று கூட்டிவாசிக்க வேண்டும்.

கண்ணும் கொளச்சேறி நெஞ்சே இவையென்னைத்
தின்னும் அவர்க்காணல் உற்று   (1244)

இந்தக் கண்கள் அவரைக் காட்டச்சொல்லி ஓயாது என்னை அரித்துத் தின்கின்றன. நெஞ்சே! நீ தலைவனிடத்துச் செல்லும் போது இவற்றையும் அழைத்துப் போய்விடு.

"நெஞ்சே! நீயொரு மோசமான பேய். என்ன சொன்னாலும் அடங்கமாட்டாது தலைவனிடமே செல்கிறாய். போவதுதான் போகிறாய் போகையில் இந்த இரண்டு குட்டிச்சாத்தன்களையும்

கூடவே ஓட்டிக்கொண்டு போய்விடு" என்று நோகிறாள் போலும் தலைவி?

கொளச்சேறி – கொண்டு செல்

செற்றார் எனக்கை விடல்உண்டோ நெஞ்சேயாம்
உற்றால் உறாஅ தவர் (1245)

எம் நெஞ்சே! நாம் இவ்வளவு விரும்புபவர் நம்மைத் துளியும் விரும்பாதபோது, அவர் நம்மை வெறுத்துவிட்டார், எனவே, நாமும் அவரை வெறுத்து ஒதுக்குவோம் என்று எண்ணுகிற துணிவு உனக்கு உண்டா?

துணிவெல்லாம் உண்டு அய்யனே, என்ன, காலம்தான் கொஞ்சம் குறைவு. இரண்டே முக்கால் நிமிசத்துக்குக் குறையாது நீடிக்கும் வீறாப்பு. பிறகு, ஓடிப்போய் என்பொடியக் கட்டிக் கொள்ளும் காதல்.

காதலர்க்கும் காதலுக்குமான கயிறிழுக்கும் போட்டியில் எப்போதும் காதலே வெற்றி வாகை சூடும். காதலர் 'தம்' கட்டுவதெல்லாம் வெறுமனே ஒரு பாவனைதான்.

செறுதல் – வெறுத்தல், சினத்தல்

கலந்துணர்த்தும் காதலர்க் கண்டாற் புலந்துணராய்
பொய்க்காய்வு காய்திஎன் நெஞ்சு (1246)

ஊடற் காலத்தில் காதலரைக் காண நேர்ந்துவிட்டால் கொஞ்ச நேரமேனும் அந்த ஊடலை நீட்டிக்காமல் உடனே அவனைக் கூடிவிடுவாய். அப்படியான நீ இப்போது அவனைக் காய்வதெல்லாம் வெறும் பொய்தானே நெஞ்சே?

"சனியனே! சனியனே!" என்று பரஸ்பரம் ஏசிக்கொள்ளும் ஜோடி அடுத்த நொடியில் இதழுண்கையில் சனிக்கிரகம் கொஞ்சம் குழம்பித்தான் போகும்.

கலந்துணர்த்தும் காதலர் – ஊடலைக் கூடித் தணிப்பதில் வல்லவர்.

காமம்விடு ஒன்றோ நாண்விடு நன்னெஞ்சே
யானோ பொறேன் இவ்விரண்டு (1247)

நெஞ்சே! நீ அவன் மீதான காமத்தை விட்டுவிடு அல்லது என்னிடமிருக்கும் நாணத்தை அகற்றிவிடு. இரண்டையும் ஒருசேரத் தாங்க இயலாது தவிக்கிறேன் நான்.

நாணத்தை விட்டுவிட்டால் என்ன செய்தாகிலும் காதலனைச் சேர்ந்துவிடலாம். காதலையே விட்டுவிட்டால் துன்பமே இல்லை.

ஆனால் இந்த நெஞ்சம் இரண்டையும் விட்டுவிடாது துயரத்தால் வதைக்கிறது.

"யானோ பொறேன்" என்கிற சொற்றொடர், சவுக்கின் கீழ் வீழ்ந்திருக்கும் மனிதனைப்போல் கை கூப்பி இறைஞ்சுவதாகத் தோன்றுகிறது எனக்கு.

பரிந்தவர் நல்காரென்று ஏங்கிப் பிரிந்தவர்
பின்செல்வாய் பேதைஎன் நெஞ்சு (1248)

நம் துயரத்தின் வெம்மை தெரியாததால் அவர் இரங்கி வந்து நம்மை அன்பு செய்யாதிருக்கிறார் என்று எண்ணிக்கொண்டு அவர் சென்ற இடத்திற்கே தானும் செல்ல விரும்புகிறாயே நெஞ்சே, நீதான் எவ்வளவு பேதை?

தலைவன் ஒன்றும் பிரிவுத்துயர் அறியாதவனல்லன். ஆனாலும் வர இயலவில்லை அவனால். நெஞ்சம் இதை அறியாமல் அவனைக் காணக் கிளம்புவதால் 'பேதை' ஆனது.

உள்ளத்தார் காத லவராக உள்ளிநீ
யாருழைச் சேறியென் நெஞ்சு (1249)

நெஞ்சே! காதலர் நமது உள்ளத்துள் குடியிருக்க அவரைத் தேடி நீ யாரிடம் அலைகிறாய்?

இருக்கும் இடம் விட்டு இல்லாத இடம் தேடி எங்கெங்கோ அலைவதேன் பேதை நெஞ்சே!

உழை – இடம், பக்கம்

துன்னாத் துறந்தாரை நெஞ்சத்து உடையேமா
இன்னும் இழத்தும் கவின் (1250)

நம்மைக் கூடாது பிரிந்துசென்ற தலைவனை நெஞ்சத்தில் வைத்திருப்பதால் என் அழகு மேலும்மேலும் அழிந்துவருகிறது.

அவன் என் நெஞ்சைவிட்டு அகலப்போவதும் இல்லை. என் பழைய அழகு இப்போதைக்குத் திரும்பப் போவதுமில்லை. அது அவன் வருகையில்தான் திரும்பவரும்.

துன்னுதல் – பொருந்துதல், செறிதல். இங்கு கூடுதல்

மனம் ஒரு உறுப்பாக மட்டும் இருந்திருந்தால்
இன்னேரம் அதை வெட்டி
தூர எறிந்திருப்பான் தலைவன்

என்கிறது தலைவனின் துயர்பாடும் ஒரு நவீனக் கவிதை.

18

நிறை அழிதல்

'நிறை' என்கிற சொல்லிற்குக் கற்பு, மாட்சிமை, வலிமை, அறிவு போன்ற பல பொருள்கள் உள்ளன.

இங்கு அச்சொல் பிரிவை ஆற்றியிருக்கும் வலிமை அழிவதைக் குறிக்கிறது.

'தலைவி மனத்துள் அடக்க வேண்டியவற்றை வேட்கை மிகுதியால் நாணத்தை விடுத்து வாய்விட்டுச் சொல்லுதல்' என்பதாக இவ்வதிகாரத்தை விளக்கு கிறார் அழகர்.

"நிறையெனப் படுவது மறைபிறர் அறியாமை" என்கிறது கலித்தொகை.

பாடல்கள் யாவும் தலைவி கூற்று.

**காமக் கணிச்சி உடைக்கும் நிறையென்னும்
நாணுத்தாழ் வீழ்த்த கதவு** (1251)

நாணத்தாழ் பூட்டிய நிறை எனும் கதவை காமக்கோடரி உடைத்தெறிந்து விடுகிறது.

காமம் ஒரு ரஜினிகாந்த். எந்தக் கதவும் அதற்கு ஒரு உதைக்குத் தாங்காது. அதுவே சூப்பர் ஸ்டார்.

சூப்பர் ஸ்டார்களுக்கான நியதிகள் தனி. நாம் காமத்தைச் சுடுகையில் மிகச்சரியாக நமக்குத் துப்பாக்கி ரவைகள் தீர்ந்துவிடுகின்றன. காமமோ

ஆறு ரவைகள் உடைய துப்பாக்கியைக் கொண்டு அறுபது ரவுண்டுகள்கூடச் சுட வல்லது.

கணிச்சி – மழு, கோடரி

காமம் எனவொன்றோ கண்ணின்றென் நெஞ்சத்தை
யாமத்தும் ஆளும் தொழில் (1252)

காமம் என்கிற ஒன்று இரக்கமற்றது. அது யாமத்தும் என்னை விடாது வருத்துகிறது.

காமம் இரவில்தானே அதிகம் விழித்துக்கொள்கிறது. படுக்கையில் சரியும்போது மேலேறிப் படர்ந்துவிடுகிறது. அதுவே தலைவியை ஆள்கிறது. அவள் அதன் அடிமையென்றாகி விடுகிறாள்.

கண்ணின்று – இரக்கமற்றது

மறைப்பேன்மன் காமத்தை யானோ குறிப்பின்றித்
தும்மல்போல் தோன்றி விடும் (1253)

நான் இந்தக் காமத்தை மறைக்கவே விரும்புகிறேன். அதுவோ தும்மலைப்போல என்னையும் மீறித் தோன்றிவிடுகிறது.

இங்கு 'குறிப்பு' என்பது 'கருத்து' என்று பொருளாகி தலைவியின் அனுமதியின்றி வெளிப்பட்டுவிட்டது என்று அர்த்தமாகிறது. தலைவியின் கருத்தைக் கேட்டுக் காமம் வருவதில்லை. எதுவும் அவள் கையில் இல்லை. அவளோ காமத்துக் கைப்பாவை.

நிறையுடையேன் என்பேன்மன் யானோஎன் காமம்
மறையிறந்து மன்று படும் (1254)

மனதை அடக்கும் வலிமைகொண்டவள் நான் என்றே இதுநாள்வரை எண்ணியிருந்தேன். இன்றோ என் காமம் மறைவிலிருந்து வெளிப்பட்டுவிட்டது.

அதாவது அவள் காதல் இப்போது வீதிக்கு வந்துவிட்டது. வீதியில்தான் அந்த 'நாலு பேர்' எப்போதும் தயார்நிலையில் இருப்பார்கள் அல்லவா?

காமத்தை 'பொறை அரு நோய்' என்கிறது ஒரு பழம்பாடல்.

மன்று – மன்றம், சபை, வெளி

செற்றார்பின் செல்லாப் பெருந்தகைமை காமநோய்
உற்றார் அறிவதொன்று அன்று (1255)

நம்மை வெறுத்துப் பிரிந்து சென்றாரைத் தானும் வெறுத்து நிற்கும் பெருமை என்பது காமநோய்க்காரர்கள் அறியாத ஒன்று.

அந்தப் பெருமையெல்லாம் என்னவென்றே அவர்களுக்குத் தெரியாது என்று சொல்லிவிட்டார் அய்யன். வெட்கம், மானம், சூடு, சுரணை என்பதெல்லாம் காதலர் கைவிட்டே ஆக வேண்டிய குணநலன்கள்.

"உங்கள் கவசகுண்டலங்களையும் தானமிட்டுக் காலடியில் சரணடைய வேண்டிய எதிரி காதல்" என்கிறது பாதசாரியார் பொன்மொழி ஒன்று.

செறுதல் – வெறுத்தல், சினத்தல்

செற்றவர் பின்சேறல் வேண்டி அளித்தரோ
எற்றென்னை உற்ற துயர் (1256)

நம்மை வெறுத்து நீங்கியாரைத் தாமும் நீங்கியிராமல் அவர் பின்னே ஓடும் துயர்தான் எவ்வளவு கொடியது!

அளித்தல் – காத்தல், இரங்குதல், அருள் செய்தல்

நாணென ஒன்றோ அறியலம் காமத்தால்
பேணியார் பெட்ப செயின் (1257)

நாம் விரும்பியிருக்கும் காதலர், நமக்கு விருப்பமானவற்றைச் செய்யும்போது, நாணம் என்கிற ஒன்றையே நாம் அறிவதில்லை.

இதிலிருந்து நான்கு பாடல்களைப் 'பரத்தையர் பிரிவாகச்' சொல்கிறார் அழகர்.

பரத்தையிற் பிரிந்திருந்த தலைவன் வீடு திரும்புகிறான். அப்படித் திரும்பியபோது அவனோடு ஊடல் கொள்ளாமல் ஏற்றுக்கொண்டது ஏன் என்று கேட்கும் தோழிக்குத் தலைவி சொல்லும் பதிலாக இனிவரும் பாடல்களைச் சொல்கிறார் அவர்.

அப்படித் திரும்பிய தலைவனிடம் ஏதோ 'சொக்குப்பொடி' உள்ளது. அதைப் போட்டுத்தான் அவன் தலைவியை மயக்கி யுள்ளான்.

'பெட்ப செயின்' என்பது அன்பில் மயக்குவதா அல்லது படுக்கையில் மயக்குவதா என்பது தெளிவாகத் தெரியவில்லை.

பெட்ப – ஆசை, விருப்பம்
பேணியார் – காதலர்

பன்மாயக் கள்வன் பணிமொழி அன்றோநம்
பெண்மை உடைக்கும் படை (1258)

நமது பெண்மை எனும் உறுதித் திறனை உடைத்து நொறுக்கும் படை என்பது, அவன் பேசி மயக்கும் கொஞ்சுமொழிகள் தானே?

'பன்மாயக் கள்வன்' எனில் மாயங்கள் பல செய்வதில் வல்லவன்.

தலைவனை 'மாயன்' என்றுகொண்டால் பேச்சுத்தான் அவனது ஆயுதம். இப்பேச்சை 'பாகு மொழி'யென்று உருகுகிறது கலைஞர் உரை. வசனத்தின் வலிமையை வசனகர்த்தா அறிவார்.

'குட்டிக்கே' அவ்வளவு திடமான அர்த்தம் கிடையாது. 'புச்சுக்குட்டிக்கு' கிடையவே கிடையாது. அதுவும் போதாதென்று முன்னே ஒரு ஒற்றைச் சேர்த்து 'ப்புச்சுக்குட்டியென்று' விளிக்கும் நவீனத் தலைவர்கள் நிச்சயம் 'பன்மாயக் கள்வர்"தான்.

அய்யனின் கூற்றுப்படி பார்த்தால் கவிஞர்களைத்தான் இங்கு காதலியர் கூட்டம் மொய்த்தெடுக்க வேண்டும். ஆனால் கள நிலவரம் அவ்வளவு திருப்தியாக இல்லை.

புலப்பல் எனச்சென்றேன் புல்லினேன் நெஞ்சம்
கலத்தல் உறுவது கண்டு   (1259)

வருந்தியிருக்கும் படியாக நம்மைப் பிரிந்துசென்ற தலைவன் திரும்பிவரும்போது அவனை ஊடவே சென்றேன். ஆயினும் அதுமறந்து கூடிவிட்டேன்.

என் நெஞ்சம் எனக்கு முன்னே அவனோடு கலந்துவிட்டது. எனவே நானும் கலந்துவிட்டேன்.

தலைவி துப்பாக்கியைத் தூக்கிக்கொண்டு ஆக்ரோஷமாக ஓடுகிறாள். அடுத்த ஷாட்டில் தலைவனின் மென்மயிர் மார்பில் துயில்கிறாள்.

புலத்தல் – ஊடல்
புல்லுதல் – தழுவுதல்

நிணந்தீயில் இட்டன்ன நெஞ்சினார்க்கு உண்டோ
புணர்ந்தூடி நிற்பேம் எனல்   (1260)

நெருப்பிலிட்ட கொழுப்பு உருகுவதுபோல உருகிவிடும் நெஞ்சினார்க்கு, அவர் புணரக் கேட்க, அதை மறுத்து ஊடி நிற்பது இயலுமா?

'புணர ஊடி' என்பது 'புணர்ந்து ஊடி' என்று திரிந்து நிற்பதாகச் சொல்கிறார் அழகர்.

மாலை மலரும் நோய்

"நிணைந்தீயில் இட்டன்ன நெஞ்சு" என்கிற சொற்கட்டிலிருந்து கருகல் வாடை எழுந்து வருகிறது.

அரிதே தோழி! நாண் நிறுப்போம் என்று உணர்தல்
பெரிதே காமம்; என் உயிர் தவச் சிறிதே;
பலவே யாமம் . . .

என்கிறது கலித்தொகை.

தோழி! நாம் நாணத்தைக் கடைப்பிடித்துப் பிரிவை ஆற்றியிருப்பது முடியவே முடியாது போலும்? இந்தக் காமம் அவ்வளவு பெரிது. என் உயிரோ அவ்வளவு சிறிது. இன்னும் கடக்க வேண்டிய இரவுகளோ அவ்வளவு உள்ளன!

19

அவர்வயின் விதும்பல்

காதலர் இருவரும் ஒருவரையொருவர் விரைந்து காணும் விருப்பத்தால், பிரிவின் வெம்மையை நொந்து பாடிய பாடல்கள் இவை. 'விதும்பல்' என்கிற சொல்லிற்கு ஆசை, வேட்கை, விரைவு என்று பொருள் சொல்கிறது அகராதி. முதல் ஏழு பாடல்கள் தலைவி கூற்று. பிற மூன்றும் தலைவனின் பெருமூச்சு.

> வாளற்றுப் புற்கென்ற கண்ணும் அவர்சென்ற
> நாளொற்றித் தேய்ந்த விரல்   (1261)

அவர் வரவை நோக்கிநோக்கி என் கண்கள் ஒளியிழந்து மங்கிவிட்டன. வரும் நாளை எண்ணி எண்ணி விரல்களும் தேய்ந்துவிட்டன.

தலைவி அவன் பிரிந்த நாளையும், வருவதாய்ச் சொன்ன நாளையும் கோடுகளாய்க் குறித்து வைத்திருக்கிறாள். அதைத் தொட்டுத்தொட்டு ஓயாமல் எண்ணிப் பார்ப்பதால் விரல்களும் தேய்கின்றன.

தலைவிக்குக் கணக்கெல்லாம் மறந்துவிட வில்லை. ஆனாலும் நாளிற்கு நாலு முறைகூட எண்ணுவாள். இது காதல். அது அப்படித்தான் செய்யும். அப்படிச் செய்வதன் மூலம் அதற்கு ஏதோ ஒன்று நிறைகிறது. அது ஒரு வேண்டுதல்.

வாள் – ஒளி
புன்மை (புற்கென்ற) – மங்குதல்

இலங்கிழாய் இன்று மறப்பின்என் தோள்மேல்
கலங்கழியும் காரிகை நீத்து (1262)

இன்று நான் தலைவனை மறந்துவிடுவேனாயின், அதனால் என் தோள்வளை கழன்று அழகெல்லாம் நீங்கிவிடும்.

இதுதான் பொருள் என உரைகள் பலவும் சொல்கின்றன. எனில் இந்தப்பாடலில் புதிதாக ஒன்றுமே இல்லை. ஏற்கெனவே சங்கப்பாடல்களில் பல்லாயிரம் தடவை சொல்லித் தேய்த்ததுதான் . . . அழகர் 'மேல்' என்பதை மறுமையாக்கி, இப்போது மறந்துவிட்டால் மறுமையிலும் தலைவனை அடைந்து இன்புறமுடியாது என்பதுபோலச் சொல்கிறார். அது அவ்வளவு பொருத்தமாக இல்லை. 'இன்று' என்பது என்று மறந்தாலும் இன்று மறக்கலாகாது என்பது போல் ஒலிக்கிறது.

இலங்கிழாய் – ஒளிவீசும் அணிகலன்கள் அணிந்தவளே (தோழியே)
காரிகை – அழகு

உரன்நசைஇ உள்ளம் துணையாகச் சென்றார்
வரல்நசைஇ இன்னும் உளேன் (1263)

நம்மைக் கூடி இன்புறாது வேறொன்றின் வெற்றிக்காய் ஊக்கத்தோடு கிளம்பிப்போனவர் எப்படியும் திரும்பிவிடுவார் என்றுதான் இன்னும் நான் உயிரோடு இருக்கிறேன்.

'உரன்' என்கிற சொல் வலிமை, வெற்றி என்பதாகப் பொருள்படும். எனவே இந்தப்பிரிவு போரின் நிமித்தமோ அல்லது அரசரின் வேறு வினைகள் எதையேனும் செய்து முடிக்கவோ நேர்ந்தது என்று கொள்ளலாம்.

அவனுக்கு ஆசை கொள்ள இன்னொன்று உண்டு. எனக்கோ அவனன்றி வேறில்லை.

நசை – விருப்பம்

கூடிய காமம் பிரிந்தார் வரவுள்ளிக்
கோடு கொடேறும் என்நெஞ்சு (1264)

பிரிந்துசென்ற காதலர் மிக்க காமத்தோடு திரும்பிவருவதாய் எண்ணி, மரவுச்சியில் ஏறிநின்று அவர் வரவு பார்க்கும் என் நெஞ்சு.

இப்பாடலுக்குப் இரண்டு விதமாக பொருள் சொல்லப்படு கிறது. ஒன்று மேலிருப்பது. இன்னொன்று "காதலன் வரவை

எண்ணி மனம் மகிழ்ச்சியில் மரம்போலக் கிளைபரப்பி மகிழ்ந்து நிற்கிறது" என்பது.

'கோடு' என்கிற சொல்லிற்கு மரக்கொம்பு என்று பொருள். 'உச்சி' என்பதாகவும் கொள்ளலாம்.

'கொண்டு' என்பதுதான் 'கொடு' என்று குறைந்து விட்டதாகச் சொல்கிறார் அழகர்.

காண்கமன் கொண்கனைக் கண்ணாரக் கண்டபின்
நீங்கும்என் மென்தோள் பசப்பு (1265)

என் தலைவனை நான் கண் ஆரக் காண்பேன். கண்டமாத்திரத்தில் நீங்கி ஓடும் என் பசப்பு.

அவன் பிரிந்த நொடியே ஏறிக் கொண்ட பசப்பு. அவன் வந்தவுடன் ஓடிவிடும்.

பசப்பிற்கு மட்டும் தமிழ் தெரியுமானால் இந்தப் பாட்டின் ஓசைக்கே ஓடோடிவிடும்.

கொண்கன் – தலைவன்

வருகமன் கொண்கன் ஒருநாள் பருகுவன்
பைதல்நோய் எல்லாம் கெட (1266)

வருகுவான் ஒருநாள் எம் தலைவன். வந்து பருகுவான், துயரெலாம் ஒழிய என் அழகை.

"இது சத்தியம்!" என்பதுபோல் ஒலிக்கிறது தலைவியின் குரல். துயர் பெருகப்பெருக ஒரு பக்கம் வெஞ்சினமும் பெருகும். அந்த வெஞ்சினத்துக் குரலாகக் கொண்டால் மேலும் சிறக்கிறது இக்கவிதை.

பைதல் – துயரம்

புலப்பேன்கொல் புல்லுவேன் கொல்லோ கலப்பேன்கொல்
கண்அன்ன கேளிர் வரின் (1267)

தலைவன் வருகையில் நான் அவனோடு ஊடுவேனோ, அல்லது கூடுவேனோ அல்லது ஊடிக்கொண்டே கூடுவேனோ?

தலைவிக்கு இரண்டுமே வேண்டுமாம். பெருமகிழ்வின் திளைப்பில் அவளுக்கு என்ன செய்வதென்றே தெரியவில்லை.

ஊடிக்கொண்டே கூட வேண்டுமெனில் செல்லமாகக் கடித்து வைக்கலாம். ஆனாலும் பற்கள் ஆழப்பதிந்துவிடாமல்

பார்த்துக்கொள்வது நல்லது ஏனெனில், 'டெட்டனஸால்' அன்பு போன்ற சிக்கலான விசயங்களைப் புரிந்துகொள்ள இயலாது.

கண் அன்ன கேளிர் – கண் போன்ற தலைவன்

வினைகலந்து வென்றீக வேந்தன் மனைகலந்து
மாலை அயர்கம் விருந்து (1268)

வேந்தனது செயல் வெல்லட்டும்! நானும் என் மனைவியோடு மாலையில் விருந்தாடட்டும்!

அகத்திணை மரபு பொருள்வயின் பிரிவு, பரத்தையர் பிரிவு என பல்வேறு பிரிவுகளைப் பேசுகிறது. இந்தக் குறளில் உள்ளது 'வேந்தற் உற்றுழிப்பிரிவு'. அதாவது அரசனின் வினைமுடிக்க அவனது துணையாகப் பிரிந்துசெல்வது.

வேந்தனின் வினை முடியாமல் தலைவன் வீடு திரும்ப இயலாது. வினையோ முடிவதுபோல் தெரியவில்லை. நீண்டு கொண்டே செல்கிறது. அது கண்டு நொந்து தலைவன் தன்னுள்ளே சொல்லிக்கொண்டது இப்பாடல் என்கிறார் அழகர்.

அயர்கம் – நிகழ்த்துதல், கொண்டாடுதல்

ஒருநாள் எழுநாள்போல் செல்லும் சேண்சென்றார்
வருநாள் வைத்தேங்கு பவர்க்கு (1269)

தூரம் போனவரை நெஞ்சிலே வைத்து, ஏங்கியேங்கி அழிகிற தலைவியர்க்கு ஒரு நாள் கழிவது எழுநாளின் தொலைவுபோல் நீளும்.

'ஏழு' என்பது இங்கு குறிப்பிட்ட எண்ணிக்லையல்ல. பல நாள் என்பதன் பொருளில் வந்தது. அந்தக் காலம் அன்பும் பித்தும் பொருட்டு மாறுபடும். நாட்கள் யுகங்களாய் நீள்வதும் உண்டு.

யுகங்களையே அவ்வளவு 'கேஷுவலாக' கையாள வல்லது காதல்.

சேண் – தூரம்

பெறின்என்னாம் பெற்றக்கால் என்னாம் உறினென்னாம்
உள்ளம் உடைந்துக்கக் கால் (1270)

பிரிவை ஆற்றாது அவள் உள்ளம் முற்றாக உடைந்துவிடுமாயின் பிறகு அவளைப் பெற்று என்ன? பெறாது என்ன?

'பெறின்' என்பதை தலைவியை அடைதல் என்றும், 'உறின்' என்பதை அவளைக் கூடுதல் என்றும் பிரித்துப் பொருள் கொள்ளலாம்.

எனவே விரைவில் சென்று அவளை அடைந்துவிட வேண்டும் என்று தவிக்கிறான் தலைவன்.

"வழிமேல் விழிவைத்து" என்பது ஒரு அற்புதமான சொற்றொடர். ஏதும் அற்புதமாக இருந்தால் நமக்குப் பொறுக்காது. அதைச் சொல்லிச்சொல்லித் தேய்த்து, பழைய இரும்புக் கடைக்குப் போட்டுப் பட்டாணி வாங்கித் தின்றால்தான் நமக்குத் திருப்தி.

20

குறிப்பு அறிவுறுத்தல்

தலைவன் வீடு திரும்பிவிட்டான். பிரிவுத்துயர் தீர இருவரும் கலந்திருந்தனர். வேட்கை மிகுதியால் தலைவன் கொஞ்சம் அதிகமாகக் காதலித்து விடுகிறான். அவளை அதிகம் புகழ்ந்துவிடுகிறான். எனவே தலைவிக்கு இந்த 'அதிகமான அன்பு' அச்சத்தைத் தந்துவிடுகிறது. தலைவன் மீண்டும் நம்மைப் பிரிந்துசெல்ல வேண்டித்தான் இப்படி 'ஐஸ்' வைக்கிறானா என்று கலங்கிப் போகிறாள். இந்த அச்சத்தைக் குறிப்பால் அறிந்து, தலைமகன் அதைத் துடைக்கும் அதிகாரம் இது. வாய்பேச்சு இன்றி இந்த அதிகாரத்தில் யாவும் குறிப்பாலேயே உணர்த்தப்படுகின்றன.

தலைவி, தோழி, தலைவன் மூவரின் கூற்றுகளும் இதில் உண்டு.

தலைவியின் அச்சம் துவங்கி, அது அகல்வது வரை ஒரு நாடகம்போல இந்த அதிகாரத்தை விளக்குகிறார் அழகர்.

கரப்பினுங் கையிகந் தொல்லாநின் உண்கண்
உரைக்கல் உறுவதொன் றுண்டு (1271)

நீ ஒளிக்க நினைத்தாலும் முடியாமல், உன்னையும் மீறி உன் கண்கள் வெளிப்படுத்தும் குறிப்பொன்று உண்டு.

இது தலைவிக்குத் தலைவன் உரைத்தது.

தலைவன் பிரிந்துவிடுவானோ என்கிற அச்சம்தான் அவள் மறைக்கும் அந்தக் குறிப்பு.

எப்போதும் கண்தான் காட்டிக் கொடுத்துவிடுகிறது. உயிர் அதில்தான் தேங்கி நிற்கிறது போலும்?

ஒல்லா – இயலாத
கை இகந்து – கை மீறி

கண்ணிறைந்த காரிகைக் காம்பேர்தோட் பேதைக்குப்
பெண்நிறைந்த நீர்மை பெரிது (1272)

என் கண்ணெலாம் நிறைந்திருக்கும், மூங்கில் போன்ற தோள்களையுடைய தலைவிக்குப் பெண்மை யாரிலும் அதிகம் போலும்?

நாணத்தால் அந்தக் குறிப்பைத் தலைவி விளக்கவில்லை. ஆனாலும் தலைவன் அதை ஒருவாறு உணர்ந்துகொள்கிறான். தலைவியின் இந்த அச்சத்தைத் தலைவன் தோழிக்கு உணர்த்தும் பாடல்கள் அடுத்துவரும் நான்கும்.

தலைவன் பெண்தன்மை என்று இங்கு குறிப்பது அவள் மடமையை என்கிறார் அழகர். தலைவனுக்குப் பிரியும் எண்ணம் ஏதும் இல்லாதபோதும் தலைவி அப்படி நினைத்து வருந்தியதால் அது மடமை ஆயிற்று.

காம்பு – மூங்கில்

மணியில் திகழ்தரு நூல்போல் மடந்தை
அணியில் திகழ்வதொன்று உண்டு (1273)

மணியாரத்தில் ஒளிந்துள்ள நூல்போல் தலைவியின் அழகில் ஒளிந்துள்ள குறிப்பொன்று உண்டு.

நூல் தெரியாததுபோல அவள் அழகில் புதிதாகத் தெரிகிற வேறுபாட்டையும் என்னால் உறுதியாகக் கணிக்க இயலவில்லை

நீயே அவளிடம் கேட்டுச் சொல் என்று தோழியைக் கோருகிறான் தலைவன்.

அவள் அழகில் ஒரு துயரம் ஒளிந்துள்ளது என்கிறான் தலைவன். இங்கு 'அணி' என்பது புணர்ச்சியால் வரும் அழகு என்கின்றன சில உரைகள். புணர்ச்சியின் அழகில் வேறுபாடு என்றால், அது புணர்ச்சியில் மனம் கலவாததாக இருக்கக்கூடும்.

அணி – அழகு

முகைமொக்குள் உள்ளது நாற்றம்போல் பேதை
நகைமொக்குள் உள்ளதொன் றுண்டு (1274)

மலர் மொக்குள் ஒளிந்துள்ள வாசம்போலத் தலைவியின் சிரிப்பிற்குள் ஒளிந்துள்ள குறிப்பொன்று உண்டு.

தலைவி என்னவோ சொல்லவருகிறாள், அதற்குப் பதிலே சிரித்துவைக்கிறாள்.

'நகை' என்பது புணர்ச்சி இன்பத்தால் வருவது என்கிறார் அழகர். அதாவது புணர்ச்சியின் இன்பத்தில் வருகிற சிரிப்பும் வழமையானதாக இல்லாமல் ஏதோ ஒன்றை ஒளித்து வைத்துள்ளதாகவே தோன்றுகிறது தலைவனுக்கு.

இந்தப் பாடலை அதிகாரப்பிடியிலிருந்து விடுவித்துத் தனியான ஒரு காதல் கவிதையாக வாசித்துப் பார்த்தால், உங்களை உருக்குலைத்த உங்கள் காதலியின் முதல் சிரிப்பை இதில் காண இயலும்.

'நகைமொக்கு' என்கிற சொற்கட்டை எப்போது எண்ணிப் பார்த்தாலும் அடர்ந்ததொரு நறுமணம் எழுந்து வருவதை உணர முடியும்.

செறிதொடி செய்திறந்த கள்ளம் உறுதுயர்
தீர்க்கும் மருந்தொன்று உடைத்து   (1275)

செறிந்த வளையல்களை அணிந்த தலைவி திறமாக ஒளித்துச் செய்த அந்தக் குறிப்பில் என் துயரைத் தீர்க்கும் மருந்து ஒன்று உண்டு.

செறிதொடிக்காரி தன் வளையல்களை ஆட்டி என்னவோ பேசுகிறாள். அது என்ன என்பதை அறிந்துகொள்கிறான் தலைவன். அந்தக் குறிப்பில் ஒளிந்துள்ளது அவன் துயர் தீர்க்கும் மருந்து.

பெரிதாற்றிப் பெட்பக் கலத்தல் அரிதாற்றி
அன்பின்மை சூழ்வ துடைத்து   (1276)

அவ்வளவு ஆசையொடு தலைவன் என்னைக் கூடிக்களிக்கும் இந்தச் செய்கையானது அவன் மீண்டும் நம்மைத் துயரத்தில் ஆழ்த்திவிட்டுப் பிரிந்து செல்லப்போவதையே குறிப்புணர்த்துகிறது.

இது உன் துயரக்குறிப்புகளுக்கான காரணம் என்ன என்று விளித்த தோழிக்குத் தலைவி உரைத்தது.

தலைவன் மிகையாக அன்பு செய்கிறான். மிகையாக அவளைப் புகழ்கிறான். இது ஒரு நடிப்பு என்று படுகிறது தலைவிக்கு. நம்மைப் புகழ்ந்து மயக்கி அந்த மயக்கத்திலேயே பிரிந்து சென்றுவிடுவதுதான் அவன் திட்டம் என்று எண்ணுகிறாள்.

தலைவனின் இந்த மிகை அன்பை 'கழிபெருநல்கல்' என்கிறது ஒரு பழம்பாடல். அதாவது அன்பை வாரிவாரிக் கொட்டுவது.

பெரிதாற்றி – பிரிவுத்துயரை எப்படியெல்லாம் ஆற்றமுடியுமோ அப்படியெல்லாம் ஆற்றுவது. காலமாகவும் இந்தச் சொல்லை வாசிக்கலாம். தலைவன் வந்து வெகுகாலம் ஆகிவிட்டது. வெகு காலம் உடனிருந்து ஆற்றிவிட்டான். எனவே அவனுக்குக் கடமை நினைவு வந்துவிட்டது. அவன் பிரிந்துசெல்லவே விரும்புவான்.

அரிதாற்றி – ஆற்றவே முடியாத துயரம்
பெட்ப – விருப்பம், மிகுதி

தண்ணந் துறைவன் தணந்தமை நம்மினும்
முன்னம் உணர்ந்த வளை   (1277)

தலைவன் நம்மைப் பிரிந்துசெல்ல இருப்பதை எனக்கு முன்பே என் வளையல்கள் அறிந்துவிட்டன.

பிரிந்துசென்ற பிறகு கழன்று விழுவதல்ல, பிரியுமுன்னே ஒரு நிமித்தம்போலக் கழன்றுவிழுகின்றன தலைவியின் வளைகள்.

தணத்தல் – பிரிதல்
தண்ணந் துறைவன் – குளிர்ந்த நீர் நிலைகளை உடையவன்

நெருநற்றுச் சென்றார்எம் காதலர் யாமும்
எழுநாளேம் மேனி பசந்து   (1278)

நேற்றுத்தான் பிரிந்துசென்றார் எம் காதலர். என் மேனியோ பல நாட்கள் ஆனதன் பசப்பில் வாடுகிறது.

நெருநற்று – நேற்று

தொடிநோக்கி மென்தோளும் நோக்கி அடிநோக்கி
அஃது ஆண்டவள் செய்தது   (1279)

தலைவி தன் தோள் நோக்கி, தொடி நோக்கிப் பிறகவள் அடி நோக்கிச் செய்கிறாள் ஒரு குறிப்பு.

இது, தோழி தலைவனுக்கு உரைத்தது.

தலைவி அடியை நோக்கியது உடன்போக்கை உணர்த்தியது. இந்தமுறை தலைவனோடு தானும் போய்விடுவேன் என்றது.

"தொடி நோக்கி, தோள் நோக்கி அடி நோக்கி" என்கிற குறிப்பு ரசமானது. ஐநூறு சொற்களை மிச்சப்படுத்திய குறிப்பது.

பெண்ணினால் பெண்மை உடைத்தென்ப கண்ணினால்
காமநோய் சொல்லி இரவு   (1280)

தலைவி தன் காமநோயினைக் கண்களாலேயே உணர்த்திப் பிரியாமை வேண்டுவது பெண்மைக்கு மேலும் பெண்மை சேர்த்தாற் போன்று உள்ளது.

மாலை மலரும் நோய்

இது, தலைவன் தோழிக்குச் சொல்லியது.

தலைவி, உடன்போக்கைத் தோழியிடம்கூட வாய்விட்டுச் சொல்லாமல் அடியைக் காட்டிக் குறிப்பால் உணர்த்தியது என்று இந்தப் பெண்மையை விளக்குகிறார் அழகர். இது தலைவியை ஒருபோதும் பிரியேன் என்று தலைவன் குறிப்பால் உணர்த்தியது என்பதும் அவரது விளக்கம்.

இவ்வதிகாரம் 'குறிப்பறிவித்தல்' என்கிற பெயரால் விளங்குகிறது. ஒரு மகாகவி ஒளித்துவைத்துள்ள குறிப்புகள் என்பதால் அதை எதிர்கொள்ள முடியாமல் நமது உரையாசிரியர்கள் பலரும் விழிபிதுங்கி நிற்பதைக் காணமுடிகிறது. அழகர் மட்டுமே இச்சவாலை எதிர்கொள்ள முனைந்துள்ளார். அதுவும் முழுவெற்றி என்று சொல்வதற்கில்லை.

21

புணர்ச்சி விதும்பல்

'விதும்பல்' எனில் விருப்பம் என்றும் விரைவு என்றும் பொருள்படும். "புணர்ச்சி விதும்பலாவது பிரிந்து கூடின தலைமகனும், தலைமகளும் புணர்தல் வேண்டி ஒருவரின் ஒருவர் முந்து முந்து விரைதல்" என்கிறது மணக்குடவர் உரை.

உள்ளக் களித்தலும் காண மகிழ்தலும்
கள்ளுக்கில் காமத்திற் குண்டு (1281)

நினைத்தாலும் கண்டாலும் மகிழ்ச்சி செய்ய வல்லது காமம். கள்ளிற்கு இல்லை இக்குணம்.

கள்ளை அருந்தினாலன்றி மகிழ்ச்சி இல்லை. காமத்திலோ தன் துணையை நினைத்தாலும் மகிழ்ச்சி. கண்டாலும் மகிழ்ச்சி.

முன்பு ஒருமுறை "கள்ளின்பம் குறித்துத் தலைவியைப் பேசவைப்பதில் அழகருக்கு ஒழுக்கச் சிக்கல் இருக்கிறது போலும்" என்று 'சிறுபுரட்சி' ஒன்று செய்திருந்தேன். ஆனால் இப்பாடலைத் தலைவி கூற்று என்றே சொல்கிறார் அழகர். நானே அரிதாகத்தான் புரட்சிகளில் ஈடுபடுவேன். அதுவும் சமயங்களில் இப்படிக் குடை சாய்ந்துவிடுகிறது.

தினைத்துணையும் ஊடாமை வேண்டும்
பனைத்துணையும்
காமம் நிறைய வரின்
(1282)

காமம் பனையளவு பெருக்கெடுத்து வருகையில் நாம் தினையளவும் ஊடாதிருத்தலே நல்லது.

"ஊடுதல் காமத்திற்கின்பம்" என்று சொன்னவர்தான் இதையும் சொல்கிறார். அந்த விளையாட்டிற்கெல்லாம் கால நேரம் உண்டு என்று சொல்கிறார் போலும்?

சின்ன ஊடல் பெரிதாகி அது காமத்திற்கு இடையூறாய் அமைந்துவிடக் கூடாது என்று பதறுகிறாள் இந்தத் தலைவி.

> பேணாது பெட்பவே செய்யினும் கொண்கனைக்
> காணா தமையல கண் (1283)

தலைவன் நம்மை விரும்பாது, தான் விரும்பியதையே செய்து வருத்தும்போதும் இந்தக் கண்கள் அவனைக் காணாது அமையாது.

பெட்ப – விருப்பம்

> ஊடற்கண் சென்றேன்மன் தோழி அதுமறந்து
> கூடற்கண் சென்றதென் நெஞ்சு (1284)

தலைவனைக் காணாதவரை அவனோடு ஊடவே எண்ணியிருந்தது என் நெஞ்சு. கண்டமாத்திரத்திலோ ஓடோடிச் சென்று கூடிவிட்டது.

மனிதன் எப்போதும் அவன் நெஞ்சத்தின் அடிமைதான். அவனுள்ளே அது இருப்பதுபோலத் தோன்றினாலும், அதனுள்ளேதான் அவன் இருக்கிறான்.

> எழுதுங்கால் கோல்காணாக் கண்ணேபோல் கொண்கன்
> பழிகாணேன் கண்ட இடத்து (1285)

மை தீட்டும்போது கோலைக் காண இயலாத கண்போல, தலைவனின் குற்றங்கள் எதையும் அவன் என் எதிரே வருகையில் என்னால் காணமுடிவதில்லை.

"எழுதும்போது கோல் இமைகளுக்குள் மறைந்துகொள்ளும் எனவே காணமுடியாது" என்கிறது மணக்குடவர் உரை. அழகரோ 'கோல்' என்பதை ஆகுபெயராக்கி 'கருமை' எனக் கொண்டு, தீட்டப்பட்ட கருமையைக் கண்களால் காணமுடியாது என்று விளக்குகிறார்.

"எழுதும்போது நாம் எழுதுகோலையா கண்டு கொண்டிருக்கிறோம்? எழுத்தையல்லவா? இது மை எழுதும் கோல் அல்ல என்று நினைக்கிறேன்" என்கிறார் என் தோழியொருவர். இதுவும் பொருத்தமுடைத்தே.

> காணுங்கால் காணேன் தவறாய காணாக்கால்
> காணேன் தவறல் லவை (1286)

114

இசை

தலைவனைக் காணும்போது அவன் தவறுகள் எதையும் நான் காண்பதில்லை. காணாதபோதோ தவறைத் தவிர வேறொன்றும் காண்பதில்லை.

தவறுகளை எண்ணியெண்ணிச் சேர்த்துவைக்கும் சினமெல்லாம் அவனைக் கண்டமாத்திரத்தில் பறந்துவிடுகிறது.

காதல் நம்மை 'பாண்டிமடத்திற்கு' அனுப்புவதல்ல. மாறாக காதலின் பிறப்பே பாண்டிமடத்தில்தான்.

முந்தைய கவிதையைச் சற்றே திருகிவைத்த கவிதைதான் ஆனாலும், 'சொற்சிலம்பத்தால்' சுவாரஸ்யமாகிவிடுகிறது.

உய்த்தல் அறிந்து புனல்பாய் பவரேபோல்
பொய்த்தல் அறிந்தென் புலந்து **(1287)**

வெள்ளம் அடித்துப் போய்விடும் என்று தெரிந்தும் அதில் இறங்கத் துணியும் மனிதன்போல, என் ஊடலால் எந்தப் பயனும் இல்லாதபோதும் இந்த ஊடல்தான் எதற்கு?

வெள்ளம் சருகை அடித்துப்போவதுபோல் தலைவியின் ஊடலை எப்படியும் காமம் இழுத்துக்கொண்டு போய்விடுமெனில், பிறகு ஊடித்தான் ஆவதென்ன?

உய்த்தல் – தப்பித்தல்
புலத்தல் – ஊடல்

இளித்தக்க இன்னா செயினும் களித்தார்க்குக்
கள்ளற்றே கள்வநின் மார்பு **(1288)**

கள்வா! கள் தன்னை உண்போர்க்கு எவ்வளவோ இழிவுகளைக் கொண்டுவந்து சேர்க்கும்போதும், அதை விடாது விரும்புவோர்போல எனக்கு நின் மார்பு.

கள் சாக்கடைக்குள் பிடித்துத் தள்ளிவிட்டாலும் திரும்பவும் எழுந்து கள் நோக்கித்தான் போவான் குடிமகன்.

மலரினும் மெல்லிது காமம் சிலர்அதன்
செவ்வி தலைப்படு வார். **(1289)**

மலரினும் மெல்லியது காமம். சிலரே அதன் அருமையும் நுட்பமும் அறிவர்.

'மலரினும் மெல்லிது . . .' அவ்வளவு நுட்பமானது என்பதாலேயே அது லாவகமாக ஒளிந்துகொள்கிறது. "ஒளிந்திருந்து மணம் வீசும் மலர்..." இந்த மணம் எங்கிருந்து வருகிறதென்று

தெரியாமல் காட்டிற்குள் தேடியலைவது ஒரு அலாதியான அனுபவம் இல்லையா?

வெளிப்படையானது எவ்வளவு பெரிதாயினும் அது அளவில் சிறியதே. ஒளிந்திருப்பது எவ்வளவு சிறிதாயினும் அது பெரிதினும் பெரிதே.

'மலரினும் மெல்லியது' என்று உணர்ந்துகொண்ட மனம் பெண்களை நடுரோட்டில் கையைப் பிடித்து இழுக்காது. கட்டிவைத்து பெல்ட்டால் அடிக்காது. ஆபாசப் படம் எடுத்து மிரட்டாது. ஆசிட் வீசி எரிக்காது. சின்னஞ்சிறு குழந்தைகளை நாயைப்போலக் குதறி வைக்காது.

கண்ணின் துனித்தே கலங்கினாள் புல்லுதல்
என்னினும் தான்விதுப் புற்று (1290)

முன்பொருமுறை கண்ணளவில் என்னோடு ஊடி, கலக்கையில் என்னைவிடவும் வேட்கையோடு கூடினாள் தலைவி.

கண் ஊடித்தான் இருக்கிறது, ஆனாலும் உடல் அதைவிடத் துடித்துவிடுகிறது.

துனித்தல் – சினத்தல்

புணர்ச்சியின் பெருமை பேசும் அதிகாரம் இது.

22

நெஞ்சொடு புலத்தல்

ஊடல் கொள்வதற்கான காரணங்கள் இருந்தும் ஊடாமல் எப்போதும் புணர்ச்சியையே விரும்பும் தன் நெஞ்சத்தைக் கடிந்து காதலர் பாடிய பாடல்கள் இவை.

> அவர்நெஞ்சு அவர்க்காதல் கண்டும் எவன்நெஞ்சே
> நீஎமக்கு ஆகா தது   (1291)

அவர் நெஞ்சம் அவர் சொல்படித்தான் நடக்கிறது. அதைக் கண்டும் நீ என் சொல்லிற்கடங் காதது ஏன் நெஞ்சே?

தன் நெஞ்சம் தனக்கில்லை என்பதுதான் காதலின் நியதி.

கூடவே இருந்தும் குழி பறிக்கும் சத்ரு எனத் தன் நெஞ்சைக் கடிகிறாள் தலைவி.

> உறாஅ தவர்க்கண்ட கண்ணும் அவரைச்
> செறாஅரெனச் சேறியென் நெஞ்சு   (1292)

தலைவன் நம்மை அன்பு செய்யாதது கண்ட பின்பும் அவனை வெறுத்தொதுக்காது, அவனையே சென்றுசென்று சேர்கிறாயே என் நெஞ்சே!

தலைவன், அவன் நெஞ்சம், தலைவியின் நெஞ்சம் மூவரும் ஓர் அணி. தலைவி மட்டும் தனி. எந்த அணி வெல்லும் என்பதைச் சொல்ல வேண்டிய தில்லை.

உறுதல் – சேர்தல், கூடல்
செறுதல் – வெறுத்தல்

கெட்டார்க்கு நட்டார்இல் என்பதோ நெஞ்சேநீ
பெட்டாங்கு அவர்பின் செலல் (1293)

தோற்றுவிட்ட மனிதனைச் சுற்றமும் நட்பும் கைவிட்டோடும் என்பது போலவோ நெஞ்சே, நீ என்னைவிட்டு அவர்பின் செல்வது?

'வாழ்ந்து கெட்ட' கதைகளில் இயல்பாகவே ஒரு காவியத் தன்மை உண்டு. சினிமாக்களில்கூட இயக்குநர் அரும்பாடுபட்டுத் தோற்கடித்தால் ஒழிய வாழ்ந்துகெட்ட கதைகள் தோற்காது.

மாட்சிமைகள் பல பொருந்தி வாழ்வாங்கு வாழ்ந்தவள் தலைவி. காதல் வந்த பின்புதான் இப்படிக் கெட்டழிந்து போனாள்.

பெட்டாங்கு – விருப்பத்தோடு

இனிஅன்ன நின்னொடு சூழ்வார்யார் நெஞ்சே
துனிசெய்து துவ்வாய்காண் மற்று (1294)

நெஞ்சே! நீ தலைவனைக் காண்கையில் அவனோடு ஊடி, பிறகு கூடுவோம் என்று எண்ணமாட்டாய். உன்னோடெல்லாம் இனி பேசி என்னதான் பயன்?

தலைவனின் குற்றத்திற்காக அவனோடு ஊடல்கொண்டு, அதனை அவன் வருந்தி வேண்டித் தீர்த்த பிறகு கூடுவோம் என்று நினைக்கமாட்டாய். அவனைக் கண்டவுடனேயே வெட்கமில்லாமல் ஓடிப்போய்க்கூடி விடுவாய். உன்னோடெல்லாம் யார் பேசுவார்? என்று தன் நெஞ்சோடு 'டூ' விடுகிறாள் தலைவி.

"உன்னோடெல்லாம் யார் பேசுவா?" என்பது இப்போதும் நிலவுகிற ஒரு பேச்சுவழக்கு. பேச்சுவழக்கு சரியான கதியில் வந்து அமர்கையில்தான் கவிதை ஒளி பெறும். கொஞ்சம் பிசகினாலும் 'வெறும் பேச்சாக' எஞ்சிவிடும் ஆபத்து உண்டு. இந்தக் கவிதை அந்த ஆபத்தில் சிக்கவில்லை என்றே படுகிறது.

துனி – சினம்
துவ்வல் – புசித்தல். இங்கு கூடுதல்

பெறாஅமை அஞ்சும் பெறின்பிரிவு அஞ்சும்
அறாஅ இடும்பைத்தென் நெஞ்சு (1295)

தலைவனைப் பெறாதபோதோ அவனையே எண்ணியெண்ணி வருந்தும். பெற்ற பிறகோ என்று பிரிவானோ, என்றெண்ணி வருந்தும், எப்போதும் துயரம்தான் என் நெஞ்சிற்கு.

'அறாஅ' என்கிற அளபெடை இங்கு செய்யுள் இலக்கணத்தை நிரப்புவதோடு நில்லாமல் கவிதையின் ஆன்மாவிற்கும் துணை

செய்கிறது. 'தீரவே தீராத துயரம்' என்று சரியாக ஒலித்துவிடுகிறது அது.

எப்போதும் துயரமே எனில், அவ்வளவு கொடிய நஞ்சை, ஆசை ஆசையாக ஏன் எடுத்து அருந்த வேண்டும் தலைவி?

இடும்பை – துயரம்

தனியே இருந்து நினைத்தக்கால் என்னைத்
தினிய இருந்ததென் நெஞ்சு (1296)

தனிமையில் கிடந்து யோசிக்கையில் என்னைத் தின்றுவிடும்போல் இருக்கிறது இக்காதல் நினைவு.

தனிமை ஆபத்து. தனிமையில் யோசித்தல் அதைவிட ஆபத்து.

குட்டிச்சாத்தானுக்கு ஏதேனும் வேலை தந்துகொண்டே இருக்க வேண்டும். இல்லையெனில் அது நம்மீதுதான் பாயும். காதலில் உள்ளோர்க்கு வேலையல்ல பூதம். ஓய்வே பூதம்.

நாணும் மறந்தேன் அவர்மறக் கல்லாஎன்
மாணா மடநெஞ்சிற் பட்டு (1297)

அவரை மறக்கமாட்டாத என் நெஞ்சத்தோடு சேர்ந்து கொண்டு விட்டுவிடவே கூடாத நாணத்தையும் நான் விட்டு விட்டேன்.

மாணா – சிறப்பற்ற, மாட்சிமையில்லாத, திருந்தாத

எள்ளின் இளிவாம்என்று எண்ணி அவர்திறம்
உள்ளும் உயிர்க்காதல் நெஞ்சு (1298)

தலைவனை இகழ்ந்தால் அது தன் காதலையே இகழ்வதாகும் என்று எண்ணி, எப்போதும் அவன் பெருமைகளையே எண்ணிக் கொள்ளும் என் நெஞ்சம்.

'உயிர்க்காதல் நெஞ்சு' என்பதை உயிரின் மேல் காதல் கொண்ட நெஞ்சு, என்றும் 'சாவமாட்டாத நெஞ்சு' என்றும் உரைக்கின்றன உரைகள்.

துன்பத்திற்கு யாரே துணையாவார் தாமுடைய
நெஞ்சந் துணையல் வழி (1299)

துயரம் நேரும்போது அவரது நெஞ்சல்லாது ஒருவருக்குத் துணையாவது யார்?

துணையாக இருக்க வேண்டிய நீயே இப்படித் துன்பத்துள் தள்ளலாமோ நெஞ்சே?

துயரமே நெஞ்சால்தானே? திருடனையா வழித்துணைக்கு அழைத்துச்செல்வது?

துணையல் – துணை அல்

தஞ்சம் தமரல்லர் ஏதிலார் தாமுடைய
நெஞ்சம் தமரல் வழி (1300)

தம்முடைய நெஞ்சமே தமக்கு உறவில்லை எனும்போது, அயலார் உறவற்றுப்போவது உறுதிதானே?

அயலாரை எதற்கும் கடிந்துகொள்ள முடியாது. ஏனெனில் தன் நெஞ்சே தன் பேச்சைக் கேட்பதில்லை.

தமரல் வழி – தமர் அல் வழி
தஞ்சம் – உறுதி

'நெஞ்சொடு புலத்தல்' என்று தலைப்பிட்டு ஒரு அதிகாரத்தைத் துவக்கியபின் வேறு வழியின்றி பத்து முறை புலந்தாக வேண்டியுள்ளது. அய்யனிடமும் கூறியது கூறலின் சலிப்பு ஆங்காங்கு உண்டு.

23

புலவி

'புலவி' என்றால் ஊடல். ஊடலின் இயல்பும் நுட்பமும் சிறப்பும் சொல்லும் அதிகாரம். கூடலைப் போன்றே ஊடலையும் சிறப்பித்துப் பாடி வைத்திருக்கிற மரபு நம்முடையது. "இன்பத்திற்கு இன்றியமையாத ஊடல்" என்கிறார் அழகர்.

> புல்லா திராஅப் புலத்தை அவர்உறும்
> அல்லல்நோய் காண்கம் சிறிது   (1301)

அவன்படும் பாடுகளைக் கொஞ்ச நேரம் கண்டு ரசிப்போம். நீ அவனை உடனே தழுவிக்கொள்ளாது சற்றே காலம் தாழ்த்து.

இது ஊடலில் இருக்கும் தலைவிக்கு தோழி சொல்லியது. புலவியைச் சற்று நீட்டிக்கச் சொல்கிறாள். நீட்டிக்கச் சொல்வதுபோல் நீக்கச் சொல்கிறாள். "அவன் உன் மேல் எவ்வளவு பித்தாய் இருக்கிறான் பார்" என்று தலைவிக்குச் சொல்லி அவள் ஊடலைத் தீர்க்க முயல்கிறாள் தோழி.

புல்லுதல் – தழுவுதல்

> உப்பமைந் தற்றால் புலவி அதுசிறிது
> மிக்கற்றால் நீள விடல்   (1302)

ஊடல் உப்பு போன்று அளவோடிருத்தல் வேண்டும். அதன் காலம் நீண்டுவிட்டால் கரிப்பு கூடிக் கெட்டுவிடும்

காதல் இன்பத்திற்குப் புலவி என்பது உப்பளவில் இருக்க வேண்டும். மிகுந்தால் பாதகமாகிவிடும்

உப்பில்லாப் பண்டம்போல ஊடல் இல்லாத கூடல். ஊடல் காதலிற்கு இடையூறல்ல. அது ஒரு சுவை. அவசியமானதொரு சுவை.

அலந்தாரை அல்லல்நோய் செய்தற்றால் தம்மைப்
புலந்தாரைப் புல்லா விடல் (1303)

ஊடலில் இருப்பவரை, அப்படியே இருக்கட்டும் என்று விட்டுவிடுதல் ஏற்கனவே துயரத்தில் உழல்பவரை மேலும் துயரத்தில் தள்ளுவதாகும்.

ஊடல் வேண்டும். ஆனால் அது நீண்டுகொண்டே சென்று விடலாகாது. ஊடல் சண்டையல்ல. அது காதலின் இன்னொரு முகம்தான். இதைக் காதலர் அறிந்துவைத்திருக்க வேண்டும்.

ஊடல் ஒரு விளையாட்டு. நுண்ணிய காதலரால் மட்டுமே ஆடமுடிந்த ஒரு விளையாட்டு. ஊடல் என்பது கூடவும்கூடாத குறையவும்கூடாத ஒரு பக்குவம்.

அலத்தல் – துயரம்
புல்லுதல் – தழுவுதல்

ஊடி யவரை உணராமை வாடிய
வள்ளி முதலரிந் தற்று (1304)

ஊடல்கொண்டு திரிவோரது, ஊடல் தீர்க்காது காலம் தாழ்த்துவது, ஏற்கனவே வாடியிருக்கும் வள்ளிக்கொடியை அதன் அடிப்பகுதியில் அறுப்பதற்கு ஒப்பாகும்.

அடியோடு அறுத்துவிட்டால் பிறகு வள்ளி வளராது. ஊடலும் தோன்றாது. ஊடலின்றேல் காமத்தின் இன்பமும் இல்லை.

ஊடலில் காலம் முக்கியம். ஊடல் பிணக்காகி, பிணக்கு வெறுப்பாகி, அது அருவருப்பாகி விவாகரத்துவரை நீண்டுவிடக் கூடாது. இந்தத் தெளிவு யாருக்கு உண்டோ அவரே ஊடல் கொள்ளத் தகுதியானவர்.

உணர்த்தல் – ஊடல் தீர்த்தல்

நலத்தகை நல்லவர்க்கு ஏஎர் புலத்தகை
பூஅன்ன கண்ணார் அகத்து. (1305)

தலைவியின் நெஞ்சில் ஊடலைப் பூக்கச் செய்வதே ஆணிற்கு அழகு.

மேலே இருப்பதுதான் பொருள்; அய்யன் அதைச் சப்தங் களால் அலங்கரித்திருக்கிறார்.

பூ அன்ன கண்ணார் – பூப்போன்ற விழியள், தலைவி
நல்லவர் – இங்கு தலைவன்
ஏர் – அழகு

‘ஊடுதல் காமத்திற்கின்பம்’ என்பதால் தலைவன் ஊடலை உண்டாக்க வேண்டும். பிறகு அவனே அதைக் காலம் அறிந்து அணைத்திடவும் வேண்டும்.

துனியும் புலவியும் இல்லாயின் காமம்
கனியும் கருக்காயும் அற்று (1306)

ஊடலும் அதிலிருந்து எழும் செல்லக் கோபமும் இல்லையெனில் காதல் வாழ்வு முற்றிய பழமும், முற்றாத காயும் போன்று சுவையற்றதாகிவிடும்.

‘துனி’ எனில் கோபம். இங்கு அதைச் செல்லக் கோபமாகக் கொள்ளலாம்.

ஊடலின் உண்டாங்கோர் துன்பம் புணர்வது
நீடுவ தன்றுகொல் என்று (1307)

இனிய ஊடலிலும் ஒரு துன்பம் உண்டு. அது இனி புணர்ச்சி நீளுமோ நீளாதோ என்கிற கலக்கம்.

ஊடல் இனிதே என்றாலும், காதல் வாழ்வு இப்படி ஊடலில் கழிகிறதே என்கிற கலக்கமாக இதைக் கொள்ளலாம். ஊடலுக்குப் பின்பான புணர்ச்சி அதி இன்பம் என்றாலும், ஊடல் காலத்தில் புணர்ச்சி இல்லை அல்லவா?

நோதல் எவன்மற்று நொந்தாரென்று அஃதறியும்
காதலர் இல்லா வழி (1308)

நமக்கு வருத்தம் என்றுகூட அறிந்துகொள்ள இயலாத அன்பிலாரை நாம் நொந்து என்ன பயன்?

ஊடல் இருவர் இணைந்துபோடும் நாடகம். அதில் ஒருவர் சொதப்பினாலும் காட்சி கெட்டுவிடும்.

ஊடலை உணர்ந்துகொள்வது ஒரு அறிவு. அன்பினால் ஆகிவரும் அறிவு. அந்த அறிவில்லாதவரோடு ஊடிப் பயன் இல்லை என்கிறார் அய்யன்.

அந்த ஊடலை அறியும் அறிவு ஆண்களுக்குக் குறைந்துவிடும் காலத்தில்தான், தலைவியர் தண்ணீர்ச் சொம்பை மூஞ்சியில் தெறிக்கும்படிக்கு ‘நங்’ என்று வைப்பது போலும்?

நீரும் நிழலது இனிதே புலவியும்
வீழுநர் கண்ணே இனிது (1309)

நிழற்பரப்பில் உள்ள நீரே இனியது. அதுபோன்றே ஊடலும் அன்பில் கனிந்த காதலர்க்கே இனிது.

ஊடலுக்கு இன்றியமையாத அன்பும் அறிவும் இல்லையாயின் அவர்கள் ஊடாமல் இருப்பதே நல்லது.

ஊடல் 'சண்டை'க்குப் பக்கத்தில் இருப்பது. கொஞ்சம் பிசகினாலும் அதற்குள் விழுந்துவிட வாய்ப்புகள் அதிகம்.

வீழுநர் – காதலர்

ஊடல் உணங்க விடுவாரோடு என்நெஞ்சம்
கூடுவேம் என்பது அவா (1310)

ஊடலைத் தீர்க்காது வருந்தச்செய்யும் காதலரிடம் கூடுவோம், கூடுவோம் என்று துடிக்கிறது ஆசை.

'என் நெஞ்சம்?' என்று கேள்வியாகக் கொண்டால் "இப்படி வெட்கமில்லாமல் அவன் பின்னால் போகிறாயே?" என்பதாகவும் வாசிக்கலாம்.

உணங்கல் – வாடல்

இந்தப் பூவுலகில் சலிப்பேறாத விசயம் என்று ஏதுமில்லை அன்னையின் அன்பு உட்பட. நாசிக்குப் பழகி, மனசுக்கு மரத்துவிட்டால், பிறகு "மல்லிகையே ஆனாலும் மன்னர்கள் மயங்குவதில்லை." நீடித்த புணர்ச்சியில் உருவாகும் சலிப்பிற்கு ஊடலே அருமருந்து. ஊடல், புணர்ச்சியில் அவசியமானதொரு தடை. அழகான ஒரு ஓய்வு.

காதலில் பல பருவங்கள் உண்டு.

ஐங்குறுநூறு 'புளிங்காய் வேட்கை' என்று ஒரு பருவத்தைச் சொல்கிறது. அதாவது நினைத்தவுடன் நாவூறும் காதற் பருவம். காமப்பித்தின் பரவசத்தில் திளைக்கும் பருவம். இந்தப் பரவசம் காலம் ஆகஆக மங்கிவிடுகிறது. எச்சில் சுரக்காவிட்டாலும் பரவாயில்லை சமயங்களில் வாந்தியும் வந்துவிடுகிறது. ஊடலை ஒரு வகையில் 'anti – vomiting' என்று சொல்லலாம்.

ஊடல் பழசாகிப்போன உடல்களை மீண்டும் புதிதாக்கித் தருமென்று மெய்யாகவே உங்களுக்குச் சொல்கிறேன்!

24

புலவி நுணுக்கம்

ஊடல் கொள்ள விரும்புகிற தலைவி புதிது புதிதாகக் காரணத்தைக் கண்டுபிடித்து ஊடும் சுவையான அதிகாரம் இது. அதிகாரம் முழுக்க விளையாட்டுத்தனம் இழையோடிக் கிடக்கிறது. ஊடலே ஒரு விளையாட்டுத்தானே? புலத்தலுக்கான காரணத்தை நுணுகிநுணுகிக் கண்டுபிடிப்பதால் 'புலவி நுணுக்கமானது'.

அய்யன் தெய்வப்புலவரா என்றெனக்குத் தெரியாது. ஆனால் செம்மையான காதலர்.

பெண்ணியலார் எல்லாரும் கண்ணின்
                                        பொதுஉண்பர்
நண்ணேன் பரத்தநின் மார்பு
                                                    (1311)

பெண்கள் பலரும் உன் மார்பை கண்களாலேயே உண்கிறார்கள். எனவே நான் அதைத் தழுவேன்.

பிற பெண்களைப் பார்க்கக்கூட கூடாது என்கிறாள். கவிதையில் அவன் பார்க்கக்கூட இல்லை. அவனைத்தான் பார்க்கிறார்கள். அதற்கே தலைவனோடு ஊடி விளையாடுகிறாள் தலைவி. பார்த்ததற்கே பரத்தமைக் குற்றம் சாட்டிவிடுகிறாள்.

பரத்த – பரத்தமையுடைய.

ஊடி இருந்தேமாத் தும்மினார் யாம்தம்மை
நீடுவாழ் கென்பாக் கறிந்து   (1312)

நாங்கள் ஊடலில் இருந்தோமா, அப்போது வேண்டுமென்றே தலைவன் தும்முவதுபோல் நடித்தான். என்னையறியாது நான் அவனை "நீடு வாழ்க" என்று வாழ்த்தி விடுவேன் என்று.

தும்மலுக்கு வாழ்த்தும் பழக்கம் அய்யன் காலம் தொட்டே இருந்துவந்துள்ளது போலும்? தும்மல் அனிச்சைச் செயல் என்பது போலவே அதற்கான வாழ்த்தும் அனிச்சையாய் இருந்துள்ளது. அதுவும் காதலன் தும்மும்போது வாழ்த்தாமல் இருக்க முடியுமா?

கோட்டுப்பூச் சூடினும் காயும் ஒருத்தியைக்
காட்டிய சூடினீர் என்று   (1313)

நான் இயல்பாக ஒரு மாலையைச் சூடிக்கொண்டாலும் அது இன்னொருத்திக்கான குறிப்பு என்று சொல்லி ஊடுவாள் அவள்.

கோட்டுப்பூ – கோடு என்கிற சொல்லிற்கு வளைந்த, கிளை, மரக்கிளை என்று பொருள் சொல்கிறது அகராதி. வளையமாகச் சூடுதல் என்கிறார் அழகர்.

யாரினும் காதலம் என்றேனா ஊடினாள்
யாரினும் யாரினும் என்று   (1314)

யாரினும் உன்னைக் காதலிக்கிறேன் என்றேன். பதறினாள், யாரினும் யாரினும் என்று.

"யாரினும் என்றால் அது யார் யாரென்று இப்போது நீ சொல்லியாக வேண்டும்" என்று ஊடுகிறாள் ஒருத்தி.

இம்மைப் பிறப்பில் பிரியலம் என்றேனாக்
கண்நிறை நீர்கொண் டனள்   (1315)

காதல் பெருக்கில் இந்தப் பிறவியில் நான் உன்னைப் பிரியமாட்டேன் என்று சொன்னேன். அதற்கும் அவள் அழுதுவடிகிறாள்.

இம்மையில் பிரியமாட்டேன் என்றால் மறுமையில் பிரிந்து விடுவாயா? என்று கேட்டு அழுகிறாளாம்.

கவிதையில் ஒரு பாதிதான் சொல்லப்பட்டுள்ளது. மீதி ஊடல் விளையாட்டில் ஒளிந்துள்ளது.

உள்ளினேன் என்றேன்மற் றென்மறந்தீர் என்றென்னைப்
புல்லாள் புலத்தக் கனள்   (1316)

"உன்னை நினைத்துக்கொண்டேன்" என்றேன். "ஓ . . . அதுவரை மறந்திருந்தீரா?" எனக் கேட்டு ஊடினாள்.

'புல்லாள் புலத்தக்கனள்' எனில் ஆசையோடு தழுவ வந்தவள் தழுவாது ஊடினாள் என்பது.

ஊடுவது என்றானபின் எப்படியும் ஊடுவாள் தலைவி. தும்மலுக்கே ஊடுபவள் பேசினால் விடுவாளா? இம்முறை சனி நாவில் வந்து இறங்கியிருக்கிறது தலைவனுக்கு.

வழுத்தினாள் தும்மினேன் ஆக அழித்தழுதாள்
யாருள்ளித் தும்மினீர் என்று (1317)

நான் தும்ம, அதற்கு அவள் அனிச்சையாக வாழ்த்தினாள். பிறகு திடீரென்று "தும்மும்படி எவள் உன்னை நினைக்கிறாள்?" எனக்கேட்டு அழுதாள்.

வழுத்தினாள் – வாழ்த்தினாள்

தும்முச் செறுப்ப அழுதாள் நுமர்உள்ளல்
எம்மை மறைத்திரோ என்று (1318)

தும்மினால் யார் உன்னை நினைப்பது என்று கேட்டு ஊடுகிறாளே என்றெண்ணித் தும்மலை அடக்கினால் அதற்கும் என்னிடம் தும்மலை ஒளிக்கிறீர்களா எனக் கேட்டு அழுகிறாள்.

செறுத்தல் – இங்கு அடக்குதல்
நுமர் – உம்முடையவள்

தன்னை உணர்த்தினும் காயும் பிறர்க்குநீர்
இந்நீரர் ஆகுதிர் என்று (1319)

இப்படி ஊடிக்கொண்டே இருக்கிறாளே என்றுசொல்லி அவள் ஊடலைக் கொஞ்சிப் பேசித் தீர்க்க முயன்றேன். "நீ பிறரையும் இப்படித்தான் கொஞ்சுவாயோ?" எனக் கேட்டு அதற்கும் ஊடுகிறாள்.

உணர்த்துதல் – ஊடல் தீர்த்தல்

நினைத்திருந்து நோக்கினும் காயும் அனைத்துநீர்
யாருள்ளி நோக்கினீர் என்று (1320)

எது பேசினாலும் ஊடுகிறாளே என்று எதுவும் பேசாமல் வெறுமனே அவளைப் பார்த்துக்கொண்டிருந்தேன். எந்தப் பெண்ணோடு ஒப்பு நோக்கி என்னை இப்படிப் பார்க்கிறீர் என்கிறாள்.

தலைவி ஊடுவது என்று முடிவெடுத்துவிட்டாள். எனவே தலைவன் ஓடவும் முடியாது; ஒளியவும் முடியாது.

சுவாரஸ்யமானதொரு நாடகம் பார்ப்பதுபோல் உள்ளது இவ்வதிகாரம். சங்ககாலம் துவங்கி இன்றுவரை நீண்டுவந்து காதலுக்கு இனிமை சேர்த்துவருகிறது இந்த ஊடல் விளையாட்டு. இதோ இன்றும் தன் காதலியின் முகநூல் பதிவிற்கு விழுகிற லவ் குறிகளைக் குத்தவைத்து எண்ணிக்கொண்டிருக்கிறான் ஒருவன். காதலி அழைக்கையில், காதலனின் போன் ஐந்து நிமிடம் – ஐந்தே நிமிடம்தான் – பிசியாக இருந்துவிட்டது. அழைப்பில் இருந்தது அவன் உயரதிகாரி என்கிற உரிய விளக்கம் அளிக்கப்பட்டு விட்டது. அது நிராகரிக்கப்படவே 'மீன்குளத்தி பகவதி'யின் மேல் சத்தியமும் செய்யப்பட்டுவிட்டது. 'Call history'களின் 'Screen shot' அனுப்பிவைத்து அறிவியல்பூர்வமான ஆதாரங்களும் சமர்ப்பிக்கப்பட்டுவிட்டன. அதெல்லாம் தெரியாது... தலைவி ஊடினால் ஊடியதுதான்.

25

ஊடல் உவகை

ஊடலால் எழும் உவகை என்று விரித்துச் சொல்லலாம். ஆம்... ஊடலால் எழும் உவகையை ஊடலில் வல்ல காதலர் அறிவர். காமத்துப்பாலின் கடைசி அதிகாரம் இது.

> **இல்லை தவறவர்க்கு ஆயினும் ஊடுதல்**
> **வல்லது அவர்அளிக்கு மாறு** (1321)

அவர்மீது தவறே இல்லையாயினும் நாம் ஊட வேண்டும். அதை அவர் ஆற்ற வேண்டும். அந்த இன்பம் தனி.

ஊடல் தீர்வதில் ஒரு கிறக்கம் உண்டு. யாரேனும் நம்மைப் புகழ்ந்துபுகழ்ந்து போற்றினால், கொஞ்சிக்கொஞ்சிப் பேசினால், யாரேனும் நம் முன் மண்டியிட்டால், யாரேனும் நமக்காகக் கண்ணீர்விட்டால் நமக்கு ஜாலிதானே?

அளித்தல் – அருளுதல், அன்பு செய்தல்

> **ஊடலின் தோன்றும் சிறுதுனி நல்லளி**
> **வாடினும் பாடு பெறும்** (1322)

ஊடலின்போது எழும் சின்னக் கோபத்தால் அன்பு குறைவதுபோலத் தெரிந்தாலும் அது நல்லதே.

அப்படி அன்பு குறையாது. இன்பம் இரட்டிப்பே ஆகும் என்பது குறிப்பு.

துனி – சீற்றம், வெறுப்பு

புலத்தலின் புத்தேள்நாடு உண்டோ நிலத்தொடு
நீரியைந் தன்னார் அகத்து (1323)

நிலத்தொடு நீர்போல் இயைந்திருக்கும் காதலரிடம் ஊடி விளையாடுவதைக் காட்டிலும் புத்தேள் உலகம் வேறில்லை.

'புத்தேள் உலகம்' எனில் தேவலோகம். அது பகுத்தறிவுக்கு ஒவ்வாதது என்பதால் 'புதிய உலகம்' என்கிறது கலைஞர் உரை. 'புத்தேள்' என்பதற்கு 'புதுமை' என்கிற பொருளும் உண்டு. வள்ளுவர் 'இறைவன்' என்று எழுதினால், கலைஞர் அதை 'தலையானவன்' என்று பெயர்த்திருக்கிறார்.

புல்லி விடாஅப் புலவியுள் தோன்றுமென்
உள்ளம் உடைக்கும் படை (1324)

இறுக அணைத்துக்கொள்ளச் செய்யும்படியான ஊடலில் உண்டு, என் உள்ளத்தை உடைக்கும் படைக்கலன்கள்.

ஊடலுக்குப் பின்னான அணைப்பில் ஆசை அதிகம் என்பதால் அது இறுகத்தான் அணைக்கும்.

படைக்கலன்கள் என்று சொல்வது ஊடலைத் தீர்ப்பதற்காகத் தலைவனால் சொல்லப்படும் கொஞ்சுமொழிகளை. அவை தலைவியின் மனஉறுதியைக் குலைத்த பிறகுதானே ஊடல் கூடலாகிறது.

"பன்மாயக் கள்வன் பணிமொழி அன்றோநம் பெண்மை உடைக்கும் படை" என்று முன்பும் சொல்லியிருக்கிறார் அய்யன்.

புல்லி விடா – விடாத தழுவுதல்.

தவறிலர் ஆயினும் தாம்வீழ்வார் மென்றோள்
அகறலின் ஆங்கொன் றுடைத்து (1325)

தன்மீது தவறில்லையாயினும் தம் காதலியால் ஊடப்பட்டு அவளின் மெல்லிய தோள்களைச் சேராதிருப்பதிலும் ஒரு இன்பம் இருக்கவே செய்கிறது.

சேராதிருப்பதிலும் இன்பம் தரவல்லது ஊடல்.

ஏக்கமும் ஒரு இன்பமன்றோ?

உணலினும் உண்டது அறல்இனிது காமம்
புணர்தலின் ஊடல் இனிது (1326)

மேலும்மேலும் உண்பதைக் காட்டிலும், பசி பெருகிய பின் உண்பதே இனிதானது என்பதுபோலக் கூடலினும் ஊடல் இனிது.

'உண்டது அறல்' என்பதை அப்படியே பொருள் கொண்டு 'செரிமானம் இனிது' என்கின்றன பல உரைகளும். நமக்கு ஒரு மாதிரிக் குமட்டிக்கொண்டு வருகிறது.

பசியில் ஒரு வேட்கையுண்டு. அது ஏக்கத்தின் தேனை ஊறி எழச்செய்வது.

எனவே கூடலின் ஊடல் இனிது என்கிறார் அய்யன்.

> ஊடலில் தோற்றவர் வென்றார் அதுமன்னும்
> கூடலிற் காணப் படும்   (1327)

ஊடல் விளையாட்டில் யார் முதலில் தோற்கிறாரோ அவரே வென்றவர். அந்த வெற்றியை அடுத்து நிகழும் கூடலில் உணரலாம்.

யாரால் ஊடலில் தாக்குப்பிடிக்க முடியவில்லையோ அவர் கீழிறங்கி வந்துவிடுவார். அப்போது அவர் தோற்றதுபோலத் தெரிந்தாலும் ஒரு பரிசு அவருக்குக் காத்திருக்கிறது. அது கலவிப் பொழுதில் வழங்கப்படும்.

காமத்துப்பால் 'காமசூத்திரம்' இல்லையாயினும், அய்யனும் சில சூத்திரங்களைச் சொல்லவே செய்கிறார். அதிலொரு சூத்திரம் இது. யாருக்கு வேட்கை அதிகமோ அவருக்கே இன்பமும் அதிகம்.

> ஊடிப் பெறுகுவம் கொல்லோ நுதல்வெயர்ப்பக்
> கூடலில் தோன்றிய உப்பு   (1328)

நெற்றி வியர்த்து உப்பு உறையும்படியான ஒரு கூடலை மீண்டும் ஒருமுறை ஊடிப் பெறுவோமா?

சாதாரணக் கூடலில் அவ்வளவு இன்பம் தோன்றாதாம். அவ்வளவு காலமும் நீளாதாம். ஊடி அதன்பின் நிகழ்கிற கூடலில்தான் உப்பு விளையுமாம். அதுவே 'hottest' என்கிறார் அய்யன்.

எப்போது வாசித்தாலும் அவ்வளவு இனிக்கிற உப்பு இது. 'இரண்டு வரி' கட்டிலின் மீது ஒரு படமே ஓடுகிறது அய்யனே!

> ஊடுக மன்னோ ஒளியிழை யாமிரப்ப
> நீடுக மன்னோ இரா   (1329)

ஒளியிழாய்! நீ ஊடிக்கொண்டே இரு. விடியவிடிய நான் அதைத் தீர்க்கும்படியாக இந்த இரவு நீண்டுகொண்டே இருக்கட்டும்.

இந்தப் பாடலுக்கான கலைஞர் உரை எனக்குப் பிடித்தமான ஒன்று.

"ஒளி முகத்தழகி ஊடல் புரிவாளாக; அந்த ஊடலைத் தீர்க்கும் பொருட்டு நான் அவளிடம் இரந்துநிற்கும் இன்பத்தைப் பெறுவதற்கு இராப்பொழுது இன்னும் நீடிப்பதாக."

"இரந்து நிற்கும் இன்பம்" என்கிற சொற்றொடர் கவிதையைச் சரியாகத் தொட்டுவிடுகிறது.

ஒளியிழை – ஒளி பொருந்திய ஆபரணங்களை அணிந்தவள்

ஊடுதல் காமத்திற்கு இன்பம் அதற்கின்பம்
கூடி முயங்கப் பெறின்   (1330)

ஊடல் காமத்தில் ஒரு இன்பம். அந்த ஊடலின் பயன் அடுத்து நிகழும் கூடலே.

ஊடலே கூடல் சிறக்கத்தானே?

'ஊடலுக்கான இன்பமானது அந்த ஊடலை அளவறிந்து நீக்கி தம்முள் கூடிமுயங்குவது' என்கிறார் அழகர்.

முயக்கம் – தழுவல், புணர்தல்

அய்யன் கடைசி மூன்று அதிகாரங்களை ஊடலுக்கென்றே ஒதுக்கியிருக்கிறார்.

கவிதைகளில் 'எண்ணி எண்ணி இன்புறத்தக்கது' என்று ஒரு வகையுண்டு. காமத்துப்பாலின் பல கவிதைகள் அத்தகையவை.

பின்னிணைப்பு

மகத்தான காதல் பாடல்கள்

காதல் உயிர் இயற்கை. பூனையும் புழுவும் காதலிக்கின்றன. விதை மண்முட்டி விருட்சமாக மலர்வதன் முயற்சிக்குள் காதல் ஒளிந்துள்ளது. மண்ணில் ஜீவராசிகள் யாவும் காதலித்தாலும், மனிதன் தனக்கு மட்டுமே பிரத்யேகமாக வழங்கப்பட்டிருக்கிற அறிவாலும் கலாரசனையாலும் காதலைப் பொங்கிவழியச் செய்தான். பொங்கி வழியும் எதுவும் பாட்டாகி விடுகிறது. மனிதன் காதலைப் பாடத் துவங்கினான்.

நமது சங்கத்தமிழ் மரபில் காதல் கொண்டாடப் பட்டுள்ளது. நமது தலைவனும் தலைவியும் காதலில் திளைத்து வாழ்ந்தவர்கள். சங்கத்து அகப்பாடல்களுக்கு எவ்விதத்திலும் குறைவில்லா வண்ணம் பாடப்பட்டிருந்தாலும் ஏனோ திருக்குறளின் காமத்துப்பால் போதுமான அளவு கவனப்படுத்தப்படவில்லை. வள்ளுவர் 'தெய்வப் புலவ'ராதலால் கடவுள் காதலிக்கக் கூடாது என்பதில் நாம் கண்டிப்போடு இருந்துவிட்டோம். முந்தைய உரையாசிரியர்கள் சிலர் காமத்துப்பாலுக்கு முகம் திருப்பிக்கொண்டனர். மொழிபெயர்ப் பாளர்கள் அதற்கு அநீதி செய்தனர். காமத்துப்பாலின் சிறப்பும் புறக்கணிப்புமே என்னை அதற்கு உரை செய்யவைத்தது.

காமத்தால் விளைந்தது இவ்வுலகு. ஆனால் 'காமம்' என்கிற சொல்லைச் சொன்னவுடனேயே நம் நாக்கு எரிந்து கருகிவிடுகிறது. நாம் அவ்வளவு 'சுத்தம்'. சின்னஞ்சிறுமிகளைச் சிதைத்துக் கொன்றுபுதைக்கும்

அளவு அவ்வளவு சுத்தம். காமம் நாம் பயில வேண்டியது. ஆனால் பயில மறுப்பது. இத்தனைக்கும் காமத்துப்பால் ஒன்றும் 'காம சூத்திர'மல்ல. அதில் புணர்ச்சி முறைகள் எதுவும் விவரிக்கப்படவில்லை.

கண்களவு கொள்ளும் சிறுநோக்கம் காமத்தில்
செம்பாகம் அன்று பெரிது.

என்கிறது ஒரு குறள். அதாவது காதலர் கள்ளத்தனமாக நோக்கிக் கொள்ளும் அந்தச் சின்னஞ்சிறு பார்வையே போதுமாம் . . . அதுவே காமத்தின் பெரும்பகுதியை நிரப்பிவிடுமாம். கவனியுங்கள் . . . 'செம்பாதி' என்றுகூடச் சொல்லவில்லை. "செம்பாதி அன்று பெரிது" என்கிறார் அய்யன்.

காமத்துப்பாலின் 25 அதிகாரங்களுள் 15 அதிகாரங்கள் பிரிவைப் பாடுபவையே. கூடலைப் போன்றே ஊடலையும் நயம்பட உரைப்பது காமத்துப்பால். 'ஊடல் உவகை' என்றே ஒரு அதிகாரம் இயற்றியுள்ளார் அய்யன். "புலத்தலின் புத்தேள் நாடுண்டோ . . ." என்று கேட்கிறார். அதாவது காதலர் தமக்குள் ஊடி அடையும் இன்பத்திற்கு இணையான இன்பம் தேவர் உலகிலும் கிட்டாது என்கிறார். ஒரு உளவியல் நிபுணரின் பாத்திரமேற்று ஊடலின் சகல பரிமாணங்களையும் காட்டித் தருகிறார். காமம் ஒரு சடங்காக, தினசரி நடவடிக்கையாக, கல் உடைப்பதன்ன கடின உழைப்பாக மாறிவிடும்போது அதன் பரவசம் குன்றிவிடுகிறது. 'ஊடல்' கட்டிலுக்குப் போதுமான ஓய்வளிப்பதால் காமம் அதன் அழகு குறையாமல் பொலிவுடன் நீடிக்கிறது .

ஊடிப்பெறுகுவம் கொல்லோ நுதல்வெயர்ப்பக்
கூடலில் தோன்றிய உப்பு

என்கிறார்.

"நெற்றி வியர்த்து உப்பாக வழியும்படியான நீடித்த கலவி இன்பத்தை ஊடிப் பெறுவோம்" என்கிறது குறள். அதாவது ஊடலின் பின்னான கூடலில். 'உடற்பயிற்சி'யில் இந்த உப்பு கிட்டாது.

நமது சங்கப்பாடல்களில் 'உண் கண்' என்கிற சொற்றொடர் அடிக்கடி காணக் கிடைக்கிறது. அதற்கு 'மையுண்ட கண்' என்று பொருள் சொல்லப்படுகிறது. வள்ளுவர் "கண்டார் உயிர் உண்ணும் கண்" என்கிறார். 'மையுண்ட கண்' என்பது ஒரு அலங்காரம். "உயிர் உண்ணும் கண்ணோ" அதைவிட ஆயிரம் மடங்கு பொலிவது.

காதல் உயிரின் ஆதார உணர்வு என்பதால் காலத்தால் அதைப் பழசாக்க முடிவதில்லை. காமத்துப்பாலின் முதல்

பாடலில் இடம்பெறும் காதல் காட்சியே, இதோ இப்போது இந்தக் கணத்தில் நிகழ்ந்துகொண்டிருக்கும் ஒரு காதலுக்கும் முதல் காட்சியாக இருக்கக் கூடும்.

அணங்குகொல் ஆய்மயில் கொல்லோ கனங்குழை
மாதர்கொல் மாலுமென் நெஞ்சு.

இவள் அணங்கோ அன்றி மயிலோ அல்லது பெண்ணே தானோ என்று மயங்கித் தவிக்கிறான் முதன்முதலில் காதலியைக் காணும் காதலன்.

சதா 'தான்', 'தான்' என்று கொதித்துக்கொண்டிருக்கும் ஒருவன் 'தன்னை' மறந்து அடையும் இந்த மெய்மறப்பு காதலின் தலையாய இன்பங்களில் ஒன்று. இது ஆன்மீகப் படிநிலைகளில் ஒன்றாகவும் சொல்லப்படுகிறது. ஆகவே காதல் எளிய உயிர்களின் ஆன்மிகப் பயணத்தையும் துவக்கிவைக்கிறது.

நமது சங்க அகப்பாடல்கள் முதற் பொருள், கருப்பொருள், உரிப்பொருள் போன்றவை விரவி எழுதப்படுபவை. எனவே கொஞ்சம் சிக்கலானவை, மேலும், அளவில் நீண்டவை. குறள் உரிப்பொருள் மட்டும் உடையது. அளவில் சிறியதாயினும் கவிதை அனுபவத்தில் குறையவே குறையாதது. புத்திளைஞர் அணுக எளியது.

மிக உறுதியாக, தமிழின் மகத்தான காதல் பாடல்களால் ஆனது காமத்துப்பால்.

"உலகம் முழுதும் ஆன்மீகவாதிகள் ஒரு பெண்ணைக் கண்ணெடுத்துப் பார்ப்பதுகூடத் தவறு என்று கூறுகின்றனர்... பாலுறவைத் தவிர்க்கும் முயற்சியில் கண்ணும் காதும் மூடப்பட்டு விடுவதால் உலகில் காணும் அழகைக்கூட அவர்களால் ரசிக்க முடிவதில்லை. அவர்கள் மனம் வாடிவதங்கிவிடுகிறது" என்கிறார் ஜே. கிருஷ்ணமூர்த்தி.

ஆம் ... நமக்கு அழகு வேண்டும்; காதல் வேண்டும்; பாடல் வேண்டும். இல்லையெனில் வாடிவதங்கிவிடுவோம்.

நன்றி: **இந்து தமிழ்திசை**